ஆண்டன் செகாவ்
ஆறாவது வார்டு

ரா. கிருஷ்ணய்யா

ரிதம் வெளியீடு

ஆன்டன் செகாவ் - ஆறாவது வார்டு
ரா. கிருஷ்ணய்யா ©

Anton Chekhov - Aaravadhu Ward
Ra. Krishnaiya ©

1st Edition: Jan 2024
Pages: 104   Price: Rs. 110
ISBN: 978-93-93724-85-4

Published by:
Rhythm Veliyeedu
New No.58, Old No.26/1, 1st Floor,
Alandur Road, Saidapet,
Chennai - 600 015, Tamil Nadu, INDIA
Ph : (044) 2381 0888, 2381 1808, 4208 9258
E-mail : senthil@rhythmbooks.in
Web : www.rhythmbooksonline.com

Book Layout & Cover Design
Visual Vinodh - 9500149822

ஆன்டன் செகாவ்

ஆன்டன் செகாவ் சிறிய தென்திசை நகரான தகன்ரோகில் 1860-ல் பிறந்தார். இருபதாவது வயதில் மாஸ்கோ பல்கலைக்கழகத்தில் மருத்துவத்துறையில் சேர்ந்தார். நையாண்டி நகைச்சுவை ஏடுகளிலும் செய்தியேடுகளிலும், சிறுகதைகளும் விகடத் துணுக்குகளும் ஓரங்க நாடகங்களும் வசைச் சித்திரங்களும் எழுத ஆரம்பித்தார்.

1880-ஆம் ஆண்டுகள் ருஷ்யாவில் மெத்தக் கடினமான காலமாகும் பிற்போக்கு தலைவிரித்தாடிற்று, சுதந்திர சிந்தனையின் சிறு வெளிப்பாடுகளும் இம்மியளவேயான அறிகுறிகளுங்கூட நசுக்கப்பட்டன. பிற்போக்கானது அடர்த்தியான வெண்ணிற மூடுபனி போல் நாடு அனைத்தையும் முக்காடிட்டு மூடியிருந்தது. இளைஞராயிருந்த செகாவ் இவ்வாண்டுகளில் எழுதிய கதைகளில் பணத்தையும் பட்டம் பதவியையும் நாடிய சிறு மதியினரைச் சித்தரித்தார், நாட்டாண்மை புரியும் "தடித்தோரின்" படாடோபத்தையும் குட்டை மனத்தையும், "மெலிந்தோரது" அசட்டுப் பணிவையும் அடிமைப் புத்தியையும் எள்ளி நகையாடினார். இவ்வுலகில் ஒவ்வோர் ஆளுக்கும் அளிக்கவேண்டிய கௌரவம் அவரது பணத்தையும் அந்தஸ்தையும் கொண்டுதான் நிர்ணயிக்கப்படுகிறது.

செகாவ் எதையும் பலத்த குரலில் பிரகடனம் செய்வதில்லை, வாசகருக்கு நேரடியாய் அறிவுறுத்த முற்படுவதில்லை. ஆயினும் அவரது கதைகளைப் படிக்கும் வாசகர் தம் காதுக்குள் ஒரு குரல் ஒலிக்கக் கேட்கிறார்: "மனிதனாய் வாழ அச்சப்படுகிறீர்களே, ஏன் இது? மேல் நிலையில் இருப்பவர் என்றதும் போற்றுகிறீர்கள், கீழ் நிலையில் இருப்பவர் என்றதும் அப்படி அலட்சியப்படுத்துகிறீர்களே, அழகா இது? மெய்யான இன்பம் பணத்திலும் பட்டம் பதவியிலும் அடங்கியிருப்பதாகவா நினைக்கிறீர்கள்? ஏன்தான் பதவி ஏணியிலே உயர ஏறிக்கொண்டே இருக்க வேண்டுமெனத் துடிக்கிறீர்களோ?"

செகாவின் கதைகள் படிப்போரைக் கலங்கச் செய்கிறவை, துயரம் தோய்ந்த புன்னகை புரிகிறவை, மென்மையானவை. அவரது கதைகளும், கடற் பறவை, வான்யா மாமா, மூன்று சகோதரிகள், செர்ரித் தோட்டம் முதலான நாடகங்களும் வாசகர்களையும் பார்வையாளர்களையும் அக்காலத்திய ருஷ்ய வாழ்க்கையின் புன்மை குறித்தும் கொச்சைத்தனம் குறித்தும் சிந்திக்க வைத்தன; மனித

மாண்புக்குரிய வாழ்வை மலரச்செய்ய வேண்டுமென்ற ஊக்கத்தை அவர்களுக்கு ஊட்டின.

செகாவ் சித்தரித்த பழைய ருஷ்யா மறைந்து புதிய ருஷ்யா உதித்தெழுந்துவிட்டது. இந்த அருணோதயத்தைச் செகாவ் கண்டு களிக்க முடியவில்லை, 1904-ல் அவர் இறந்துவிட்டார். செகாவின் கதைகளிலும் நாடகங்களிலும் கூறப்படும் ஆலை அதிபர்களும் வர்த்தகர்களும் இன்று ருஷ்ய நாட்டில் இல்லை; "கடித்தோர்", "மெலிந்தோர்" என்ற பிரிவினை ஒழிந்து புதிய சமுதாயம் இங்கு மலர்ந்துவிட்டது. செகாவின் கதைத் தலைவர்கள் பழைய வரலாற்றுக்கு உரியோராகிவிட்டனர். ஆயினும், இன்றைய ருஷ்யாவின் வாசகர்கள் செகாவைத் தம் உயிரனையராய் நேகிக்கிறார்கள், லட்சக்கணக்கான பிரதிகளில் இன்று அவரது புத்தகங்கள் மீண்டும் மீண்டும் வெளியிடப்படுகின்றன, வெளிவந்ததுமே விற்றுப்போகின்றன. காரணம் என்ன?

ருஷ்யாவிலும் அனைத்து உலகிலும் செகாவ் போற்றப் படுகிறார், கேடானு கோடி வாசகர்கள் அவரது புத்தகங்களை ஆவலுடன் படிக்கிறார்கள். காரணம் என்னவெனில் செகாவ் யாவற்றுக்கும் முதலாய் உண்மையை எடுத்துரைக்கிறார், உள்ளதை உள்ளபடிக் கூறி உள்ளத்தை ஒளிபெறச் செய்கிறார். செகாவின் உண்மையானது மனச்சான்றைத் துயிலெழச் செய்யும் உண்மையாகும்: ஊட்டும் உண்மையாகும். மனிதனின் நிலையை மனிதனுக்குத் தெரியப்படுத்தும்போது மனிதன் மேம்படுவான் என்று செகாவ் கூறி வந்தார்.

செகாவின் வாழ்க்கையும் செகாவின் கதைத் தலைவர்களது வாழ்க்கையும் இன்னல்மிக்கதாகவே இருந்தன; ஆயினும் அவர் இந்த உடனடி நிலைமையை மட்டுமின்றி, ஓசையின்றி அடியெடுத்து வைத்து நெருங்கிவரும் வருங்காலத்தையும் கணக்கில் எடுத்துக் கொண்டார்.

செகாவ் மகத்தான எழுத்தாளராவார், அதோடு அவர் மகத்தான வாசகர்களை மனதிற் கொண்டு எழுதியவருமாவார். வாசகர்களின் உயர் பண்புகளில், அவர்களது கூர்மதியிலும் நல்லுணர்விலும் உள்ளன்பிலும் முழு நம்பிக்கை கொண்ட எழுத்தாளர் செகாவ். வாசகர்களை அவர் ஒன்றும் தெரியாத சிறு பிள்ளைகளாகவோ, சிந்தனையற்றவர்களாகவோ கருதி, ஒவ்வொன்றுக்கும் தாமே தீர்வைத் தயாரித்தளிக்க முயலவில்லை, அவர்களுக்கு உபதேசிக்க முற்படவில்லை. தாம் எழுதுவதை வாசகர்கள் கூர்ந்து நோக்குவர், சிந்தனை செய்வர், பிழையின்றிப் புரிந்துகொள்வர் என்று அவர் திட நம்பிக்கை கொண்டிருந்தார்.

1

மருத்துவமனை முற்றத்தில் காடாய் மண்டியிருக்கும் கோரைப் புல்லுக்கும் காஞ்செறிக்கும் காட்டுச் சணலுக்கும் நடுவில் தனிக்கட்டாய் ஒரு சிறு கட்டடம் நிற்கிறது. இதன் கூரைத் தகரம் துருபிடித்து மக்கிவிட்டது, புகை போக்கி நொறுங்கித் தகர்ந்து வருகிறது, மடிந்துப்போன வாயிற்படிகளைப் புல் மூடியிருக்கிறது. சுவர்களில் காரையெல்லாம் உதிர்ந்து சில திட்டுகள் மட்டுமே இங்குமங்கும் எஞ்சியிருக்கின்றன. தனிக் கட்டின் முன்புறம் நேரே மருத்துமனையை நோக்குகிறது, பின்புறம் வயல்வெளியின் பக்கம் பார்க்கிறது. ஆணிகள் அடர்ந்த, சாயம்போன மருத்துவமனை வேலியடைப்பால் இது வயல்வெளியிலிருந்து பிரிக்கப்பட்டிருக்கிறது. மேல்நோக்கி நீண்டிருக்கும் இந்த ஆணிகளும், வேலியடைப்பும், மற்றும் இந்தத் தனிக்கட்டும், நமது மருத்துவமனைக் கட்டடங்களுக்கும் சிறைச் சாலைகளுக்கும் உரித்தான கேடுகெட்ட அந்தச் சோகத் தோற்றம் பூண்டிருக்கின்றன.

காஞ்செறியின் நமச்சலுக்கு அஞ்சாமல் நடக்க முடியுமாயின், தனிக்கட்டுக்குச் செல்லும் ஒற்றையடிப் பாதையில் என்னுடன் வாருங்கள், உள்ளே சென்று எட்டிப் பார்ப்போம். கதவைத் திறந்துகொண்டு நடையினுள் அடியெடுத்து வைக்கிறோம். சுவரோரத்திலும் கணப்பு அடுப்படியிலும் மருத்துவமனைக் குப்பைக் கூளங்கள் மலையாய்க் குவிந்து கிடக்கின்றன. மெத்தைகளும்,

பழைய அங்கிகளும், உள்ளுடுப்புகளும், பட்டைக் கோடு போட்ட நீலச் சட்டைகளும், தேய்ந்துபோன பூட்சுகளுமான வேண்டாத கந்தலும் கூளமும் நாற்றமெடுக்கும் குவியலாய்க் குவிந்திருக்கின்றன.

இந்தக் குவியலின் உச்சியில் காவற்காரன் நிகித்தா படுத்திருக்கிறான். வயது முதிர்ந்த படையாள் அவன், கோட்டுக் கைகளில் பூசணம் பிடித்த மாதிரி பட்டைச் சின்னங்கள் தெரிகின்றன, பற்களுக்கிடையே எப்போதும் ஒரு புகைக்குழாய் வைத்திருக்கிறான். அடர்ந்து தழைத்திருக்கும் அவன் புருவங்கள் குடியால் சுரந்துவிட்ட கடுகடுப்பான அவனது முகத்துக்குக் காவல் நாயின் சாயல் அளிக்கின்றன. சிவந்த மூக்குடன் மெலிந்து முறுக்கேறிய சிற்றுருவினனாய் இருக்கிறான். அவனுடைய தோற்றம் காண்போர் கலங்கும்படியானது, அவன் முட்டிகள் தடித்துப் பருத்தவை. மனதில் மாசின்றி நம்பகமானோராய், கண்ணை மூடிக்கொண்டு தம் கடனைச் செய்து முடிப்போராய், மந்த புத்தியினராய் இருந்து, ஒழுங்குதான் உலகிலே யாவற்றுக்கும் தலையாயதெனக் கொண்டு, ஒழுங்கைக் காக்க, அடியும் உதையும் போல் எதுவும் உதவுவதில்லை என்பதாய் நினைக்கிறார்களே, அத்தகையோரில் இந்த நிகித்தாவும் ஒருவன். முகம், மார்பு, முதுகு என்ற பேதமின்றி எங்கும் அடித்து நொறுக்குகிறான் இவன், ஒழுங்கை நிலைநாட்ட வேறு எந்த வழியுமில்லை என்று திடமாய் நம்புகிறான்.

இங்கிருந்து விசாலமான ஒரு பெரிய அறையினுள் நுழைகிறோம், தனிக்கட்டில் நடைபோக எஞ்சிய பரப்பு பூராவிலும் அமைந்திருக்கிறது இந்த அறை. சுவர்களில் மங்கிய நீல வர்ணம் பூசப்பட்டிருக்கிறது, உட்கூரை முழுதும் புகைபோக்கி இல்லாத மரவீடுகளின் உத்திரங்களைப் போல் புகையேறிக் கன்னங் கரேலென்றிருக்கிறது, குளிர்காலத்தில் கணப்பு அடுப்புகளின் நச்சுப் புகை இந்த அறையில் நிரம்பிவிடுமென்பது நன்றாகவே தெரிகிறது. சன்னல்கள் யாவும் உட்புறங்களில் இரும்புக் கிராதியிடப்பட்டு விகாரமாயிருக்கின்றன. மரக்கட்டைத் தரை வெளுத்துப்போய் ஆங்காங்கே சிம்புசிம்பாய்த் தெறித்திருக்கிறது. ஊறிப் புளித்த முட்டைகோசு, வத்திப் புகை, மூட்டைப் பூச்சி, அமோனியா இவற்றின் வாடைகள் கலந்து வீசுகின்றன, முதல் தரம் இங்கே உள்ளே வரும்போது விலங்கினக் காட்சி சாலைக்குள் நுழைவதாய் உங்களை நினைக்கச் செய்கிறது இந்த வீச்சம்.

கட்டில்கள் யாவும் தரையுடன் சேர்த்துத் திருகாணியிட்டு இணைக்கப்பட்டிருக்கின்றன. மருத்துவமனை அங்கியும் பழங்

காலத்துக் குல்லாயும் அணிந்தவர்கள் இந்தக் கட்டில்களில் உட்கார்ந்தும் படுத்தும் இருக்கக் காண்கிறோம். இவர்கள் எல்லோரும் உள்நோயாளிகள்.

மொத்தம் ஐந்து பேர் இருக்கிறார்கள். ஒருவர் மட்டும்தான் மேல் வகுப்பைச் சேர்ந்தவர், ஏனையோர் பாமரர்கள். கதவுக்கு அருகே முதலாவது கட்டிலிலுள்ள பளபளக்கும் சிவப்பு மீசையும் அழுது அழுது சிவந்துபோன கண்களுமுடைய நெட்டையான ஒல்லி மனிதன், தலையைக் கைகளால் தாங்கியவாறு அமர்ந்து கொண்டு, கண்களை அசைக்காமல் நேரே தன் முன்னால் வெறிக்கப் பார்க்கிறான். இராப் பகலாய்த் துயருற்றுத் தலையை ஆட்டிப் பெருமூச்சு விடுகிறான், மனங்கசந்து வெறுமையாய்ச் சிரித்துக் கொள்கிறான். அறையில் அடிபடும் பேச்சுக்களில் அவன் கலந்துகொள்வதில்லை, சாதாரணமாய் எந்தக் கேள்விக்கும் பதில் சொல்வதில்லை, சாப்பாடு கொண்டு வந்து தரப்படும்போது இயந்திரம் போல் சாப்பிடுகிறான். ஓயாமல் அவன் இருமித் திணறுவதையும் அவனது கன்னங்களின் ஜிவுஜிவுப்பையும் பார்க்கையில், காசநோயின் ஆரம்பக் கட்டத்தில் இருப்பவனாய்த் தெரிகிறான்.

அடுத்த கட்டிலில் இருப்பவன் சிறிய உருவமும் மிடுக்கும் துடிப்பும் கொண்ட துறுதுறுப்பான கிழவன், கூர்மையான தாடியும் நீக்ரோவைப் போன்ற கறுத்த சுருள் முடிகளுமுடையவன். பகற்பொழுதில் அறையில் உல்லாச நடைபோட்டு ஒவ்வொரு சன்னலிடமும் சென்று சுற்றி வருகிறான், அல்லது சப்பணம் போட்டுக் கட்டிலில் உட்கார்ந்து மாறி மாறி தேன்சிட்டைப் போல் சளைக்காமல் சீட்டியடித்துக் கொண்டும், மெல்லிய குரலில் பாடிக் கொண்டும் இருக்கிறான்; இல்லையேல் உள்ளுக்குள் கிளுகிளுத்துச் சிரித்துக் கொண்டிருக்கிறான். இரவிலுங்கூட அவ்வப்பொழுது எழுந்து அவன் பிரார்த்தனை செய்கையிலும், அதாவது மூடிய கைகளால் நெஞ்சில் குத்திக் கொள்கையிலும், கதவுகளிடம் சென்று தட்டித் தடவிக் கொண்டு நிற்கையிலும் சிறுபிள்ளைக்குரிய அவனுடைய பூரிப்பும் துறுதுறுப்பான இயல்பும் வெளியாகின்றன. இவன்தான் மோசஸ்: யூத இனத்தைச் சேர்ந்த தொப்பி தயாரிப்பாளன்; அவனது கடை தீக்கு இரையானது முதலாய், இந்த இருபது ஆண்டுகளாய்ப் பைத்தியமாய் இருந்து வருகிறவன்.

ஆறாவது வார்டில் இருப்போரில் இவன் ஒருவன் மட்டும்தான் கட்டடத்தைவிட்டு வெளியே போய் வர, மருத்துவமனை

முற்றத்தைக் கடந்து தெருவுக்குங்கூடச் செல்ல அனுமதி பெற்றவன். நெடுங்காலமாகவே இவனுக்கு இந்தத் தனியுரிமை இருந்து வருகிறது; மிகப் பல ஆண்டுகளாய் மருத்துவமனையில் இருப்பவன், சாதுவாய் எந்த வம்புமின்றி இருந்துவரும் மூடன் என்பதே காரணமாயிருக்கும். நகரில் எல்லோரது கேலிக்கும் நகைப்புக்கும் இலக்காகி, சிறுவர்களும் நாய்களும் கூட்டமாய்ப் புடை சூழ்ந்து வர நகரில் இவன் பவனி செல்வது அன்றாட வாழ்க்கையின் ஒரு காட்சியாகிவிட்டது. மருத்துவமனை அங்கி அணிந்து, தலையில் அசட்டுக் குல்லாய் ஒன்றை வைத்துக்கொண்டு, அங்கிக்கு அடியில் உள்ளுடுப்பு ஏதுமின்றி, காலில் செருப்பை மாட்டிக்கொண்டு - சில நேரம் வெறுங்காலோடு - தெருத்தெருவாய்ச் சுற்றுகிறான், வாயில்வழிகளிலும் சிறு கடைக்கு முன்னாலும் நின்று கப்பேக் காசு தருமாறு பிச்சை கேட்கிறான். எங்காவது ஓரிடத்தில் அவனுக்குக் கொஞ்சம் குவாஸ் [குவாஸ் - ரொட்டித் தூளை ஊற வைத்துக் காடியாக்கித் தயாரிக்கப்படும் பானம்.] கிடைக்கிறது, இன்னொரு இடத்தில் கொஞ்சம் ரொட்டி அல்லது கப்பேக் காசு தருகிறார்கள். மனநிறைவு கொண்டவனாய், செல்வந்தனாய்த் தனிக்கட்டுக்குத் திரும்பி வருகிறான். அவன் கொண்டுவருவது எதுவாயினும் நிகித்தா அதைப் பிடுங்கிக் கொண்டு விடுகிறான். முரட்டுத்தனமாகவும் ஆத்திரமாகவும் இந்தப் படையாள் இவ்வேலையைச் செய்கிறான்: திரும்பி வருகிறவனது சட்டைப் பைகளை உட்புறம் வெளியே வரும்படிப் புரட்டிப் பார்க்கிறான்; இனி இந்த யூதனைத் தெருவுக்குச் செல்ல அனுமதிக்கப்போவதில்லை, ஒழுங்கின்மையைக் காட்டிலும் மோசமானது ஒன்றுமில்லை என்று ஆண்டவனைச் சாட்சியாய் அழைத்துக் கூச்சல் போடுகிறான்.

மோசஸ் எல்லாருக்கும் உதவுகிறான். அறையில் தனது தோழர்களுக்குத் தாகமெடுக்கையில் தண்ணீர் கொண்டு வந்து தருகிறான்; அவர்கள் தூங்குகையில் அவர்கள் மீது போர்வையை இழுத்துப் போடுகிறான்; ஒவ்வொருவருக்கும் ஒரு கப்பேக் காசு கொண்டுவந்து தருவதாகவும் எல்லாருக்கும் புதிய குல்லாய்கள் தயாரித்துக் கொடுப்பதாகவும் வாக்களிக்கிறான். இடப்புறத்துக் கட்டிலிலுள்ள முடக்குவாதக்காரனுக்குக் கரண்டியால் உணவை எடுத்து வாயில் ஊட்டுவதும் இவன்தான். கருணையினாலோ, மனிதாபிமானத்தாலோ உந்தப்பட்டு இவன் இந்தக் காரியத்தைச் செய்யவில்லை. வலப்புறத்துக் கட்டிலிலுள்ள கிரோமவை முன்னுதாரணமாய்ப் பின்பற்றி, தன்னை அறியாமலே இந்த கிரோமவின் செல்வாக்குக்கு உட்பட்டு இதைச் செய்கிறான்.

சுமார் முப்பத்து மூன்று வயதாகும் இவான் திமீத்ரிச் கிரோமவ் மேற்குலக் குடும்பத்தில் பிறந்தவர், ஒரு காலத்தில் அமீனாவாகவும் மாநில அரசாங்க அலுவலகம் ஒன்றில் செயலாளராகவும் இருந்தவர். அடக்குமுறை அச்சப் பிணிக்கு ஆளாகி வருந்துகிறார் அவர். படுக்கையில் சுருட்டி மடக்கிக்கொண்டு படுத்துக் கிடக்கிறார், அல்லது உடற்பயிற்சி செய்கிறவரைப் போல் முன்னும் பின்னுமாய் நடைபோடுகிறார், அவர் உட்கார்ந்திருப்பதைக் காண்பது அரிது. ஓயாமல் பரபரத்துக் கிளர்ச்சியுற்ற நிலையில் இருக்கிறார்; இனந்தெரியாத, தெளிவற்ற அபாயங்களை எந்நேரமும் எதிர்பார்த்துப் பதைத்துப் போகிறார். நடையில் சிறு சலசலப்பும், முற்றத்தில் சிறு சப்தம் எழுந்தாலே போதும், உடனே தலையை உயர்த்திக் கொண்டு கவனமாய்க் கேட்கிறார் - எனக்காகத்தான் வருகிறார்களோ? என்னைத்தான் தேடுகிறார்களோ? இம்மாதிரியான தருணங்களில் அவருக்கு ஏற்படும் கதிகலக்கத்தையும் வெறுப்புணர்ச்சியையும் அப்படியே காட்டுகிறது அவரது முகம்.

எனக்கு மிகவும் பிடித்திருக்கிறது, கன்னத்து எலும்பு முட்டிக் கொண்டு தெரியும் அவரது அகன்ற முகம் - எந்நேரமும் வெளுத்துப்போய்த் துன்பம் தோய்ந்திருக்கும் முகம், ஓயாத போராட்டத்தாலும் அச்சத்தாலும் வதைபடும் ஓர் ஆத்மாவைக் கண்ணாடி போல் பிரதிபலித்துக் காட்டும் முகம். அவருடைய முகச்சுளிப்புகள் விபரீதமானவை, பிணி கொண்டவைஎன்ற போதிலும், மெய்யான ஆழ்ந்த துன்பம் அவரது முகத்தில் தீட்டியிருக்கும் நுட்பமான வரிகள் உணர்ச்சி நயம் மிக்கவை, அறிவார்ந்தவை; அவரது கண்களில் வீசும் ஒளி இதமான கதகதப்பு வாய்ந்தது, ஆரோக்கியமானது. எனக்கு மிகவும் பிடித்தவர் இவர் - எப்போதும் பணிவன்பு மிக்கவராய், அன்பு உள்ளம் கொண்டவராய் நடந்துகொள்கிறார்; நிகித்தாவைத் தவிர ஏனைய எல்லாருக்கும் பரிவு காட்டுகிறார். பக்கத்திலிருப்பவர் ஒரு பொதத்தர்ன் அல்லது கரண்டியைக் கீழே போடட்டும், உடனே கட்டிலிலிருந்து தாவி அதை எடுத்துத் தருகிறார். காலையில் எழுந்ததும், இரவில் படுத்துத் தூங்கும் முன்பும் எல்லாத் தோழர்களுக்கும் வணக்கம் கூறுகிறார்.

அவரை வருத்தும் அந்த ஓயாத பதைபதைப்பையும் அவரது முகச்சுளிப்பையும் அன்னியில் பின்வருமாறும் அவரது பைத்தியம் வெளியாகின்றது: அந்தி வேளைகளில் சில சமயம் அவர் தமது அங்கியை இழுத்து மேலே இறுக்கிச் சுற்றிக் கொண்டு அங்கமெல்லாம் நடுநடுங்க, பற்கள் அடித்துப் படபடத்துக்கொள்ள

அறையில் படுக்கைகளுக்கிடையே மேலும் கீழுமாய் வேகமாய் நடக்கிறார். அப்போது அவர் கடுங்காய்ச்சல் கண்டு விட்டவரைப் போலாகி விடுகிறார். திடுமென நடையை நிறுத்திவிட்டு அறையிலுள்ள தமது தோழர்களை அவர் உற்று நோக்குவதைப் பார்க்கையில், இவர்களிடம் ஏதோ முக்கிய விஷயம் சொல்ல போகிறார் என்பதாய்த் தோன்றும், ஆனால் தாம் சொல்வதை எவரும் காது கொடுத்துக் கேட்க மாட்டார் அல்லது புரிந்துகொள்ள மாட்டார் என்பதை உணர்ந்து கொள்பவரைப் போல், தலையை வேகமாய் ஆட்டிக்கொண்டு மறுபடியும் நடக்க ஆரம்பிக்கிறார். ஆயினும் பேச வேண்டுமென்ற ஆவல் விரைவில் ஏனையவை யாவற்றையும் முந்திக் கொண்டு முன்னே வந்துவிடுகிறது, உடனே மடை திறந்து விட்டாற் போல அடங்காத ஆவலோடு, உணர்ச்சிப் பரவசம் மிக்கவராய்ப் பொழிந்து தள்ளுகிறார் அவர். ஜன்னி கண்டவரின் பிதற்றலைப் போல் ஆவேசமாகவும் தொடர்பற்றதுமாய் இருக்கிறது அவரது பேச்சு, சில நேரம் என்ன சொல்கிறார் என்று புரிந்துகொள்ள முடிவதில்லை. ஆயினும் அவரது சொற்களிலும் தொனிகளிலும் அசாதாரண கவர்ச்சி வாய்ந்த ஏதோ ஒன்று ஒலிக்கிறது. அவருடைய பேச்சில் ஆரோக்கியமான மனிதன், பைத்தியம் பிடித்தவர் ஆகிய இருவரின் பேச்சுக்களையும் கேட்க முடிகிறது. அவரது ஆவேசப் பிதற்றல்களை எழுத்து வடிவில் எடுத்துரைப்பது கடினம். மனிதனது அற்பப் புத்தி, உண்மையை அழித்திடும் ஒடுக்கமுறை, உலகில் ஒரு நாள் மலரப்போகும் எழிலார்ந்த வாழ்வு, ஒடுக்கு முறையாளர்களது மடமையையும் கொடூரத்தையும் இடையறாது தமக்கு நினைவுபடுத்தும் வண்ணம் சன்னல்களில் அமைந்திருக்கும் இரும்புக் கிராதியடைப்புகள் - இப்படிப் பலவுங் குறித்துப் பொரிந்து தள்ளுகிறார். இதன் விளைவு என்னவெனில் அவரது பேச்சு பல பாட்டுகளாலாகிய இசைவற்ற, தாறுமாறான ஒரு கலவையாகிவிடுகிறது. எல்லாம் பழைய பாட்டுகள்தான், ஆயினும் இதுகாறும் பூரணமாய் இசைக்கப்பெறாதவை அவை.

2

பன்னிரண்டு, பதினைந்து ஆண்டுகளுக்கு முன்பு நகரின் பிரதான வீதியில் தமது சொந்த வீட்டில் கிரோமவ் என்றோர் அதிகாரி செல்வச் செழிப்புடையவராய் வாழ்ந்து வந்தார். செர்கேய், இவான் என்று அவருக்கு இரு புதல்வர்கள். செர்கேய் பல்கலைக்கழகத்தில் நான்காவது ஆண்டு மாணவனாய் இருக்கையில், விரைந்து இயங்கும் காசநோயால் பீடிக்கப்பட்டு மரணமடைந்தான். கிரோமவ் குடும்பத்துக்கு வரிசையாய் வந்த கேடுகளின் துவக்கமாய் அமைந்துவிட்டது இந்த மரணம். செர்கேய் அடக்கம் செய்யப்பட்டு ஒருவாரத்துக்கெல்லாம் கிழவர் மீது கள்ளக் கையெழுத்து, கையாடல் வழக்கு தொடரப்பட்டது; சீக்கிரமே டைபஸ் காய்ச்சல் கண்டு சிறைச்சாலை மருத்துவமனையில் அவர் மாண்டு போனார். அவரது வீடும், சொத்துக்களும் ஜப்தி செய்யப்பட்டு ஏலம் போடப்பட்டன. இவான் திமீத்ரிச்சும் அவர் தாயும் ஒட்டாண்டிகளாய் விடப்பட்டனர்.

தந்தை உயிரோடு இருந்தபோது இவான் திமீத்ரிச் பீட்டர்ஸ்பர்கில் இருந்து கொண்டு பல்கலைக்கழகத்தில் படித்து வந்தார். வீட்டிலிருந்து மாதாமாதம் அறுபது, எழுபது ரூபிள் கிடைத்தது, எந்தக் குறையும் அறியாதவராய் இருந்தார். ஆனால் இப்போது திடுதிப்பென அவர் தமது வாழ்க்கை முறையை அடியோடு மாற்றிக்கொள்ள வேண்டியதாயிற்று. அற்பத் தொகை பெற்றுப் பாடங்கள் சொல்லித் தந்தும், ஆவண நகல்கள் எழுதியும் விடிந்ததிலிருந்து இரவு வரை ஓயாது வேலை செய்ய வேண்டியதாயிற்று. அப்படியும் அவர்

பட்டினி கிடந்துதான் காலமோட்டினார், ஏனெனில் சம்பாதித்ததை எல்லாம் தமது தாய்க்கு அனுப்பி வந்தார். இம்மாதிரி வாழ்க்கை இவான் திமீத்ரிச்சுக்கு ஒத்துவரவில்லை; அவர் மனம் தளர்ந்து, உடல் நலமிழந்து, பல்கலைக்கழகத்தைத் துறந்துவிட்டு வீட்டுக்குப் போய்ச் சேர்ந்தார். இங்கே இந்தச் சிறு நகரில் செல்வாக்குபடைத்த நண்பர்கள் மூலம் மாவட்டப் பள்ளிக்கூடத்தில் ஆசிரியர் வேலையைப் பெற்றார். ஆனால் சக ஆசிரியர்களுடன் ஒத்துப்போகவோ, மாணவர்களின் அபிமானத்தைப் பெறவோ முடியாமற்போகவே, விரைவில் இந்த வேலையிலிருந்து விலகிக் கொண்டார். அவர் தாய் இறந்துபோனார். சுமார் ஆறு மாதங்கள் வரை எந்த வேலையும் கிடைக்காமல் வெறும் ரொட்டியை உண்டு தண்ணீரைக் குடித்துக் கொண்டு காலமோட்டினார். பிறகு அமீனா வேலை கிடைத்தது. உடல்நலக் குறைவு காரணமாய் விலக்கப்படும் வரை இந்த வேலையில் இருந்தார்.

எக்காலத்திலும், மாணவராய் இருந்த நாட்களிலுங்கூட, அவர் முழு உடல் நலமுடையவராய்த் தோன்றியதில்லை. எப்போதுமே மெலிந்துபோய் வெளிறிட்டவராய், நீர்க் கோவை கொண்டு விடுகிறவராய் இருந்தார், அவரால் சரியாய்ச் சாப்பிடவோ தூங்கவோ முடியாது. ஒரு கிளாஸ் திராட்சை ரசம் சாப்பிட்டதுமே அவருக்குத் தலை கிறுகிறுக்கும், பிணி கொண்டவராகி விடுவார். சுற்றிலுமுள்ளோரால் கவரப்படவே செய்தார் என்றாலும், அவரது சிடுசிடுப்பின் காரணமாகவும் சந்தேகப்படும் சுபாவத்தின் காரணமாகவும் யாரும் அவருடன் நெருங்கிப் பழகுவதில்லை; நண்பரெனச் சொல்லிக்கொள்ள அவருக்கு யாரும் இருக்கவில்லை. நகரில் வசித்தோரைப் பற்றி எப்போதுமே அவர் வெறுப்பு உணர்ச்சியோடுதான் பேசுவது வழக்கம்; இவர்களுடைய மூடத்தனமும் அறியாமையும் சொரணையற்ற மிருக வாழ்க்கையும் தமக்கு வேதனையும் அருவருப்பும் உண்டாக்குவதாய்ச் சொல்வார். அவரது குரல் கீச்சிட்டு ஒலிக்கும்; உணர்ச்சிகரமாய் உரக்கப் பேசுவார்; அருவருப்பும் ஆத்திரமும் கொண்டோ, அல்லது பூரிப்பும் வியப்பும் கொண்டோதான் அவரால் பேச முடியும்; எப்போதுமே உள்ளப்பூர்வமாய்ப் பேசுவார். எதைப்பற்றி அவரிடம் பேச முற்படுவீர்களானாலும் உரையாடலை எப்படியோ அவர் தமக்குரிய அந்த ஒரே பொருளுக்குத் திரும்பச் செய்து விடுவார்: நமது நகரில் சூழ்நிலை சகிக்க முடியவில்லை, வாழ்க்கை சோபையற்றதாய் இருக்கிறது, உயர்ந்த குறிக்கோள் எதுவுமின்றி வதைகிறது, வன்முறையும் ஆபாசமும் கபட நாடகமும்தான் இந்த வாழ்க்கைக்குச் சுவை கூட்டும் சரக்குகளாய் இருப்பவை; கயவர்கள் நன்கு

உண்டும் உடுத்தியும் சொகுசாய் வாழ, நேர்மையானோர் அரைப் பட்டினி வாழ்க்கை நடத்துகிறார்கள்; பள்ளிகள், முற்போக்கான உள்ளூர்ச் செய்தியேடு, நாடகமன்றம், விளக்கச் சொற்பொழிவுகள், அறிவுத்துறை சக்திகளின் ஒத்துழைப்பு ஆகிய இவையெல்லாம் வேண்டும் நமக்கு; சமுதாயம் இதை உணர்ந்துகொள்ளும்படி, தனது பயங்கர நிலையை அது கண்டறிந்து கொள்ளும்படிச் செய்தாக வேண்டும். சக மனிதர்களை மதிப்பீடு செய்கையில் அவர் வண்ணத்தை அளவு மீறி தீட்டிச் செல்வார், ஆனால் அவருடைய வண்ணத் தட்டில் கறுப்பும் வெள்ளையும் மட்டும்தான் இருக்கும், இடைப்பட்ட வண்ண வகைகள் அவருக்குத் தேவைப்படவில்லை. அவருடைய கருத்துப்படி மனிதகுலம் நேர்மையாளர்கள், கயவர்கள் ஆகிய இரு பிரிவினரைக் கொண்டது, இடைப்பட்ட வகையினர் இருக்கவில்லை. ஒருபோதும் காதல் கொண்டவரல்ல என்றாலும், பெண்கள் குறித்தும், காதல் குறித்தும் எப்போதும் அவர் களிப்பும் ஆர்வமும் மிக்கவராகவே பேசினார்.

சுறுக்கெனத் தைக்கும்படியான அவரது சொற்களையும் அவரது சிடுசிடுப்பையும் மீறி நகரில் மிகப் பலருக்கும் அவரைப் பிடித்தே இருந்தது, அவருக்குப் பின்னால் செல்லமாய் அவரை வான்யா என்று குறிப்பிட்டு வந்தனர். அவருடன் கூடப் பிறந்த அவரது நன்னயம், பரோபகார சிந்தை, நேர்மை, நல்லொழுக்கம் இவற்றோடு, கசங்கி உருக்குலைந்துபோன அவரது கோட்டு, பிணி படிந்த சாயல், அவருடைய குடும்பத்துக்கு நேர்ந்த கடும் இன்னல்கள் ஆகிய இவையெல்லாம் சேர்ந்து, எல்லோரையும் அவரிடம் சோகம் கலந்த உள்ளன்பும் நேசமும் கொள்ளச் செய்தன. தவிரவும் அவர் கல்வியறிவுடையவர், நிறைய படித்தவர், அவருக்குத் தெரியாதது ஒன்றுமில்லை என்பதாய் அவரது சக பிரஜைகள் கூறி வந்தனர், நடமாடும் அறிவுக்களஞ்சியமாய் எல்லோரும் அவரைக் கருதினார்கள்.

ஓயாமல் படிக்கிறவர் அவர். கடுப்புடன் தமது சிறிய தாடியை இழுத்துக் கொண்டு மணிக்கணக்காய் மன்றத்தில் உட்கார்ந்து பத்திரிகைகள், புத்தகங்களின் பக்கங்களைப் புரட்டிச் சென்றார்; அவற்றை அவர் படிக்கவில்லை, மெல்லுவதற்குக்கூட நேரமின்றி விழுங்கிச் சென்றார் என்பதை அவரது முகம் நமக்கு உணர்த்திற்று. படிப்பது அவருக்குப் பிணிவெறி கொண்ட பழக்கமாகிவிட்டதெனச் சொல்ல வேண்டும், கைக்குக் கிடைத்ததை எல்லாம், கடந்த ஆண்டுப் பத்திரிகைகளும் பஞ்சாங்கங்களுமாய் இருப்பினும், அடங்காத ஆவலோடு படித்து வந்தார். வீட்டில் அவர் படுத்துக் கொண்டுதான் படிப்பது வழக்கம்.

3

இலையுதிர் காலத்தில் ஒருநாள் காலையில் இவான் திமீத்ரிச் யாரிடமோ நிறைவேற்றல் ஆணையைச் சேர்ப்பித்துவிட்டு வருவதற்காக, கோட்டுக் காலரைத் தூக்கி விட்டுக் கொண்டு, சேறும் சகதியுமான சந்துகளிலும் கொல்லைகளிலும் நடந்தார். வழக்கமான அவரது காலை நேர வாட்டத்துடன் போய்க் கொண்டிருந்தார். அந்தச் சந்துகளில் ஒன்றில் விலங்கிடப்பட்ட கைதிகள் இருவரை ஆயுதமேந்திய நான்கு படையாட்கள் அழைத்துச் செல்வதைக் கண்டார் அவர். இவான் திமீத்ரிச் அடிக்கடி பார்த்திருந்த ஒரு காட்சிதான் இது. அவருக்கு இது பரிதாபத்தையும் அருவருப்பையும் உண்டாக்குவது வழக்கம், ஆனால் இப்போது அவரிடம் இக்காட்சி அசாதாரணமான, விபரீத விளைவை உண்டாக்கிற்று. எக்காரணத்தாலோ அவர் மனத்துள் திடுமென ஓர் எண்ணம் உதித்தது, தானும் விலங்கிடப்பட்டுச் சேறும் சகதியுமான தெருக்கள் வழியே இந்தக் கைதிகளைப் போல் அழைத்துச் செல்லப்படலாம் என்று நினைத்தார். நிறைவேற்றல் ஆணையைக் கொண்டு போய்ச் சேர்ப்பித்துவிட்டு வீட்டுக்குத் திரும்பும் வழியில் அவருக்குத் தெரிந்த போலீஸ் அதிகாரி ஒருவரைத் தபால் நிலையத்துக்கு அருகே சந்தித்தார். இந்த அதிகாரி முகமன் கூறி அவருடன் பேசிவிட்டு அவரோடு சேர்ந்து தெருவில் சில தப்படிகள் நடந்து வந்தார், கிரோமவுக்கு ஏனோ இது சந்தேகத்துக்கு இடந்தரும் செயலாய்ப்பட்டது. வீட்டுக்கு வந்தபின் நாள் முழுதும் அந்தக் கைதிகளையும்

துப்பாக்கி ஏந்திய படையாட்களையும் பற்றிய நினைப்பு அவரைப் படுத்தி வைத்தது; அவர் மனத்துள் குடிகொண்டுவிட்ட விபரீதமான அமைதியின்மை அவரை வருத்திற்று, படிக்க முடியாதபடி, சிந்தனைகளை ஒருமுனைப்படுத்த முடியாதபடிச் செய்தது. அந்தியில் அவர் விளக்கேற்றி வைத்துக்கொள்ளவில்லை; தானும் கைது செய்யப்பட்டு, விலங்கிடப்பட்டு, சிறைக்குள் தள்ளப்படலாம் என்ற நினைப்பு இரவில் அவரைத் தூங்க விடவில்லை. தான் எந்தக் குற்றமும் புரிந்துவிடவில்லை என்பது அவருக்குத் தெரியும், எக்காலத்தும் கொலை புரியவோ, தீ வைக்கவோ, திருடவோ போவதில்லையென அவரால் அறுதியிட்டுக் கூற முடியும்; ஆயினும் அகஸ்மாத்தாய், மனம் அறியாமலே குற்றம் புரியக் கூடும் அல்லவா? தவிரவும் பொய்யாய்க் குற்றம் சாட்டப்படுவதில்லையா? நீதி தவறுவதில்லையா? ஏழையர் விடுதியும் சிறைக் கூடமும் நம்மிடமிருந்து தப்படி தூரத்தில் இருப்பவையே என்று சொல்கிறோமே, பரம்பரை அனுபவத்தின் வாயிலாய் வந்தடைந்த முடிவல்லா அது? நீதி விசாரணையின் இன்றைய நடைமுறையில் நீதி தவறுவது எளிதிலும் எளிது அல்லவா? நீதிபதிகள், போலீஸ் அதிகாரிகள், டாக்டர்கள் போன்றோர் மனிதனது துன்பதுயரங்களைத் தமது உத்தியோகக் கண்ணோட்டத்தில் பார்ப்பவர்கள்; பழக்கத்தின் காரணமாய் நாளாவட்டத்தில் இவர்கள் உணர்ச்சி மழுங்கி மரமரத்துப் போய் விடுகிறார்கள்; தம்மிடம் வருவோரை - இவர்கள் விரும்பும்போதுங்கூட - மாமூலான முறையிலே அல்லாது வேறு எவ்வழியிலும் பரிசீலிக்க முடியாதவர்களாகி விடுகிறார்கள்: இரத்தப் பெருக்கைக் கண்டு கொஞ்சமும் அசங்காது இறைச்சிக்காக ஆடுகளையும், கன்றுகளையும் கொல்லைப்புறத்தில் அடித்துக் கொல்லும் விவசாயிக்கும் இவர்களுக்கும் இவ்விதம் எந்த வித்தியாசமும் இருப்பதில்லை. மரமரத்துப்போன இந்த மாமூல் முறை நிலைநாட்டப் பெற்ற வழிமுறையாகியதும், குற்றமற்றவனையும் உரிமையற்றவனாக்கி அவனுக்குக் கடுங்காவல் தண்டனை அளிப்பதற்கு நீதிபதிக்குத் தேவையானது ஒன்றே ஒன்றுதான் - அவகாசம் மட்டும்தான். சில முறைமைகளை அனுசரிப்பதற்காக - நீதிபதி தமக்குரிய சம்பளத்தைப் பெறுவது இதற்காகத்தானே - தேவைப்படும் அந்த அவகாசம் கழிய வேண்டும், அவ்வளவுதான் - யாவும் முடிவுற்றுவிடும். அதன்பிறகு மிக அருகாமையில் அமைந்த ரயில் நிலையத்தை அடைய இருநூறு கிலோமீட்டர் வரை பயணம் புரிய வேண்டியிருக்கும் நாசமாய்ப்போன அந்தச் சிறிய ஊரில் இருந்து கொண்டு

நீங்கள் நீதியையும் பாதுகாப்பையும் பெற முயற்சி செய்யலாம்! ஒடுக்குமுறைச் செயல் ஒவ்வொன்றையும் சமுதாயம் அறிவுக்கு உகந்ததாய், உசிதமானதாய்க் கருதி வருகையில், விசாரணைக்கு வந்த எவனையும் தண்டிக்காமல் விடுதலை செய்வது போன்ற கருணைச் செயல் ஒவ்வொன்றையும் எதிர்த்து பழிவெறி கொண்ட கூக்குரல் எழுப்பப்படுகையில், நீதிநெறி குறித்து நினைப்பதே அபத்தமல்லவா?

மறுநாள் காலையில் இவான் திமீத்ரிச் குலைநடுக்கம் கொண்டவராய் படுக்கையைவிட்டு எழுந்தார்; குளிர்ந்த வியர்வை அவர் நெற்றியில் பனித்துவிட்டது; எக்கணமும் தாம் கைது செய்யப்படலாம் என்ற எண்ணம் அவர் மனதில் அசைக்க முடியாதபடி நிலை கொண்டு விட்டது. முந்திய நாளன்று அவரை வருத்திய எண்ணங்கள் இன்னும் அவர் மனதைவிட்டு அகலாமல் அவரை வதைத்ததால் அவற்றை ஆதாரமற்றவையாய்க் கருதக் கூடாதெனத் தமக்குத்தாமே கூறிக் கொண்டார். தக்க காரணமின்றி அவை தம் மனத்துள் உதித்திருக்க முடியாதே.

அவரது அறைச் சன்னலுக்கு அடியில் தெருவில் ஒரு போலீஸ்காரன் சாவதானமாய் நடந்து சென்றான்: இதன் அர்த்தம் என்ன? இரண்டு பேர் அவர் வீட்டுக்கு எதிரே வந்ததும் நடையை நிறுத்திக் கொண்டு மௌனமாய் நின்றார்கள். ஏன் இவர்கள் மௌனமாய் நிற்க வேண்டும்?

இதன்பின் கழிந்த நாட்கள் யாவும் இவான் திமீத்ரிச்சுக்குப் பகலும் இரவுமாய்ச் சொல்லொணா வேதனைக்குரிய நாட்களாய் இருந்தன. அவருடைய சன்னல்களுக்கு அடியில் சென்ற ஒவ்வொருவரும், அவரது வீட்டு முற்றத்துக்குள் நுழைந்த ஒவ்வொருவரும் உளவாளி அல்லது புலன் விசாரணையாளராகவே இருக்க வேண்டுமென நினைத்தார் அவர். மாவட்ட போலீஸ் அதிகாரி தினம்தோறும் நண்பகலில் இரட்டைக் குதிரை பூட்டிய வண்டியில் இந்தத் தெரு வழியே போவது வழக்கம், கிராமத்திலிருந்த அவரது பண்ணையிலிருந்து போலீஸ் அலுவலகத்துக்குச் செல்வார் அவர். ஆனால் இவான் திமீத்ரிச்சுக்கு போலீஸ் அதிகாரியின் வண்டி அளவு மீறிய அவசரத்தோடு அதிவேகமாய்ப் போவதாய், அதிகாரியின் முகபாவம் அர்த்தபாவம் வாய்ந்திருப்பதாய்த் தோன்றிற்று: பயங்கரக் குற்றவாளி ஒருவன் இந்நகரில் இருந்து வருகிறானென்று அறிவிப்பதற்காகத்தான் இவர் இவ்வளவு அவசரமாய்ப் போகிறாரோ? கதவு மணியின் ஓசை கேட்கும்தோறும்,

வாயில்வழியில் யாராவது கதவைத் தட்டும்தோறும் இவான் திமீத்ரிச் துணுக்குற்று வந்தார்; இதற்கு முன் அவர் பார்த்திராதவர் எவரும் வீட்டுக்கார அம்மாளிடம் வந்து பேசுவதைக் கண்டதும் அவருக்கு நெஞ்சு படபடத்தது; போலீஸ்காரரையோ, காவற் படையாளையோ பார்க்க நேர்ந்தபோதெல்லாம், தாம் அமைதியாகவே இருப்பதாய்க் காட்டிக்கொள்ள வேண்டுமென்று புன்னகை புரிந்துவிட்டு சீட்டியடித்துப் பண்ணிசைத்தார். கைது செய்துவிடுவார்களோ என்று பயந்து இரவில் தூங்காமலே இருந்தார்; ஆனால் தாம் தூங்குவதாய் வீட்டுக்கார அம்மாள் நினைக்க வேண்டுமெனப் பலமாய்க் குறட்டைவிட்டார், அயர்ந்து முனகி மூச்சை இழுத்தார், தூங்காமல் விழித்திருப்பது மனசாட்சியின் உறுத்தலை அல்லவா குறிக்கும் - தெளிவான சாட்சியமாகிவிடுமே! அவருடைய அச்சங்கள் அபத்தமானவை, பிணி கொண்டவை என்பதை உண்மை விவரங்களும் பகுத்தறிவும் புலப்படுத்தின, பரந்த முறையில் பார்ப்போமாயின் கைது செய்யப்படுவதோ, சிறையில் அடைக்கப்படுவதோ அப்படி ஒன்றும் பெரிய பயங்கரமல்ல, மனதில் களங்கம் இல்லாதவரை எதற்கும் அச்சப்பட வேண்டியதில்லை என்பது அவருக்குத் தெளிவாய்த் தெரிந்தது. ஆனால் எவ்வளவுக்கு எவ்வளவு தெளிவாகவும் தர்க்கவாத நியாயத்தோடும் அவரது சிந்தனை இதைத் தெரியப்படுத்திற்றோ, அவ்வளவுக்கு அவ்வளவு அவருடைய பரபரப்பும் தவிப்பும் கடுமையாகிச் சென்றன. காட்டிலே தமக்கோர் இடம் வேண்டுமென்று மரங்களையும் புதர்களையும் வெட்டிச் சென்ற சாமியாரைப் போன்றவராகிவிட்டார் அவர், சாமியார் வெட்டிச் செல்லச் செல்ல மேலும் மேலும் அடர்த்தியாய் அம்மரங்களும் புதர்களும் தழைத்தோங்கின. இதெல்லாம் வீண் முயற்சி என்பதை உணர்ந்து முடிவில் இவான் திமீத்ரிச் சித்தசுவாதீனத்தைத் துறந்து மன வெறுமைக்கும் பயங்கரத்துக்கும் அடிபணியலானார்.

தனிமையில் நாட்டங் கொண்டவராகிச் சமூகத்திடமிருந்து ஒதுங்கிவிட ஆரம்பித்தார். அவரது அமீனா வேலையை எப்போதுமே வெறுத்தே வந்தார், இப்போது அவருக்கு அது சகிக்க முடியாததாகிவிட்டது. அநியாயமாய் யாராவது சூழ்ச்சி புரிந்து தமக்குத் தெரியாமல் தம் பைக்குள் லஞ்சப் பணத்தைச் செருகி வைத்துத் தம்மை அம்பலத்துக்கு இழுக்கக் கூடும் என்று அஞ்சினார். தவறுதலாய் அலுவலகப் பத்திரங்களில் புகுந்துகொள்ளத் தாம் இடமளிக்கும் சிறு பிழை கள்ளக் கையெழுத்திட்டதற்கு ஒப்பான குற்றமாய்க் கருதப்படலாம், அல்லது வேறொருவரது

பணத்தைத் தாம் தொலைத்துவிடலாம் என்று பயந்தார். தமது மானம் பறிபோய்விடுமே, சுதந்திரத்தை இழக்க நேருமே என்று அஞ்சி நடுங்குவதற்கு நாள்தோறும் இப்படி அவர் ஆயிரக்கணக்கில் காரணங்களைக் கற்பனை செய்து கொண்டார், அவருடைய கற்பனைத் திறன் வியக்கத்தக்கவாறு வளம் பெற்று வந்தது. அதேபோதில் வெளி உலகிலும் படிப்பதிலும் அவருக்கிருந்த கருத்து குன்றிச் சென்றது, அவருடைய ஞாபகசக்தி வெகுவாய் சீர்கேடுற்று விட்டது.

வசந்தத்தில் வெண்பனி உருகியோடியபின், இடுகாட்டுக்கு வெளியே மலைப் பள்ளத்தில் வயது முதிர்ந்த தாய், சிறு பையன் இவர்கள் இருவரின் பிரேதங்களும் கண்டுபிடிக்கப்பட்டன. இரண்டும் அழுகிய நிலையில் இருந்தன, வன்முறையால் நேர்ந்த மரணம் என்பதற்கான குறிகள் இரண்டிலும் காணப்பட்டன. நகரெங்கும் எல்லோரும் இந்தப் பிரேதங்களையும் யாருக்கும் தெரியாத கொலைகாரர்களையும் பற்றிப் பேசிக் கொண்டிருந்தார்கள். தானேதான் கொலைகாரன் என்பதாய் யாரும் நினைத்து விடக் கூடாதென்று இவான் திமீத்ரிச் முகத்திலே புன்சிரிப்பைத் தவழ விட்டுக் கொண்டு தெருக்களில் நடந்தார். தமக்குத் தெரிந்தவர்களைச் சந்திக்க நேர்ந்தபோது முகம் மாறி மாறி வெளுத்தும் சிவந்தும் செல்ல, பலமற்றவர்கள், பாதுகாப்பில்லாதவர்கள் இவர்களைக் கொல்வதைப் போன்ற கொடுங்குற்றம் எதுவும் இல்லை என்று அவர்களிடம் வற்புறுத்திக் கூறிக் கொண்டிருந்தார். ஆனால் விரைவில் இந்த வேடமும் நடிப்பும் அவரைச் சலிப்புறச் செய்துவிடவே, தமது நிலையிலுள்ள ஒருவருக்குக் கிடங்குக்குள் ஒளிந்துகொள்வதைத் தவிர வேறு வழியில்லை என்று தீர்மானம் செய்து கொண்டார். பகற்பொழுதையும் பிறகு இரவையும் மேலும் ஒரு பகலையும் கிடங்கினுள் கழித்தபின் உடம்பெல்லாம் ஜில்லிட்டுப் போய்விட்டது, இருட்டியதும் திருடனைப் போல் யார் கண்ணிலும் படாமல் மறைந்து தமது அறைக்கு வந்து சேர்ந்தார். காதைத் தீட்டிக் கொண்டு கவனித்துக் கேட்டவாறு, விடியும் வரை அறை நடுவில் நின்றிருந்தார். விடிவதற்குச் சற்று முன்பு கணப்படுப்புக் கொத்தனார்கள் சிலர் வீட்டுக்கார அம்மாளிடம் வந்தார்கள். அடுப்பங்கறையில் அடுப்பைச் சரிசெய்ய வந்தவர்கள் என்பது இவான் திமீத்ரிச்சுக்குத் தெளிவாகவே தெரிந்தது. ஆயினும் அச்சம் அவர் காதுக்குள் முணுமுணுத்தது, போலீஸ்காரர்கள் கொத்தனார்களாய் வேடம் பூண்டு வந்திருக்கிறார்கள் என்றது அது. கோட்டோ தொப்பியோ இல்லாமலே, ஓசையின்றி வீட்டிலிருந்து

நழுவி, அரண்டு போய்த் தெருவிலே ஓட்டமாய் ஓடினார். நாய்கள் குரைத்துக் கொண்டு பின்னால் ஓடின, அவருக்குப் பின்புறத்திலிருந்து யாரோ ஒருவர் கத்தினார், காற்று அவர் காதுக்குள் வீரிட்டது. உலகிலுள்ள வன்முறை அனைத்தும் தமது முதுகுக்குப் பின்னால் ஒன்றுசேர்ந்து தம்மை விரட்டுவதாய்த் தோன்றிற்று இவான் திமீத்ரிச்சுக்கு.

அவரைப் பிடித்து நிறுத்தி வீட்டுக்குக் கொண்டுவந்து சேர்த்தார்கள், வீட்டுக்கார அம்மாள் டாக்டருக்குச் சொல்லியனுப்பினார். டாக்டர் ஆந்திரேய் எபீமிச் - இவரைப் பற்றிப் பிற்பாடு நிறைய சொல்ல வேண்டியிருக்கும் - குளிர்ந்த ஒத்தடம் கொடுக்கும்படியும் புன்னைத் தைலத் துளிகள் தரும்படியும் சொன்னார், சோகமாய்த் தலையை ஆட்டிக் கொண்டார், இனி தாம் வரப் போவதில்லையென்றும் பைத்தியம் பிடிக்காமல் தடுக்க முயலக் கூடாதென்றும் வீட்டுக்கார அம்மாளிடம் சொல்லிவிட்டுப் போய்ச் சேர்ந்தார். தொடர்ந்து வாழ்வதற்கும் சிகிச்சை பெறுவதற்கும் இவான் திமீத்ரிச்சிடம் பணமில்லாததால் அவரை மருத்துவமனைக்கு அனுப்பினார்கள். மேக நோயாளிகளது வார்டில் அவருக்கு ஓர் இடம் தேடித் தரப்பட்டது. இரவில் அவர் தூங்குவதில்லை, வெகுண்டெழுந்து கொண்டிருந்தார், அவரால் ஏனைய நோயாளிகளுக்குத் தொல்லையாய் இருந்தது. விரைவில் ஆந்திரேய் எபீமிச்சினுடைய உத்தரவின்பேரில் அவர் ஆறாவது வார்டுக்கு மாற்றப்பட்டார்.

ஓராண்டுக்கெல்லாம் இவான் திமீத்ரிச்சைப் பற்றிய நினைவு நகரில் யார் மனதிலும் இல்லாமல் மறைந்து விட்டது. வீட்டுக்கார அம்மாள் சாய்ப்பில் கூரைக்கடியில் ஒரு சறுக்குவண்டியினுள் போட்டு வைத்திருந்த அவரது புத்தகங்கள் யாவற்றையும் அண்டை வீடுகளைச் சேர்ந்த பையன்கள் எடுத்துச் சென்றுவிட்டனர்.

4

இவான் திமீத்ரிச்சுக்கு இடப்புறத்துக் கட்டிலில் இருப்பது, ஏற்கெனவே கூறப்பட்டது போல, யூத இனத்தைச் சேர்ந்த மோசஸ். அவருக்கு வலப்புறத்துக் கட்டிலில் இருப்பது குண்டாய் ஊதிப்போன ஒரு விவசாயி; உணர்வின் சலனம் இம்மியளவும் இல்லாத அசட்டு முகம் கொண்டவன்; நிறைய தீனி தின்னக் கூடியதும் செயலற்றுக் கிடப்பதுமான ஓர் அசுத்தப் பிராணி; சிந்தித்தல், உணர்தல் ஆகிய செயல்களை நெடுங்காலத்துக்கு முன்பே விட்டொழித்து விட்டவன். காரமாய் மூக்கில் ஏறித் திணற வைக்கும் ஒரு வீச்சம் அவனிடமிருந்து வெளிவருகிறது.

அவனைக் கவனித்துக்கொள்ள வேண்டியவனான நிகித்தர் தனது முழு பலத்தையும் பிரயோகித்து, கை வலிக்குமே என்பதையும் கருதாமல், காட்டுத்தனமாய் அவனை மொத்துகிறான். இதில் திகைப்பூட்டுவதாய் இருப்பது இந்த ஆள் இப்படி மொத்துப்படுகிறானே என்பதல்ல - பழக்கப்பட்டதாகிவிடக் கூடியதுதான் இதெல்லாம் - உணர்வற்று மயங்கிக் கிடக்கும் இந்தப் பிராணி இவ்வளவையும் வாங்கிக் கொண்டு, கனத்த பீப்பாய் மாதிரி பக்கவாட்டில் அசைந்தாடுவதைத் தவிர, சப்தத்தின் மூலமோ, அங்க அசைவின் மூலமோ, கண்ணிமைச் சொடுக்கலின் மூலமோ கொஞ்சங்கூட பிரதிபலிப்பு காட்டாததுதான் காண்போரை மெய்யாகவே திகைக்கச் செய்கிறது.

ஆறாவது வார்டின் ஐந்தாவது வாசியான கடைசி ஆள் நகரத்தவன், முன்பு அஞ்சலகச் சிப்பந்தியாய் வேலை செய்து வந்தவன், மென்னிற முடிகளையுடைய

வெலவெலப்பான மெல்லிய ஆள், அன்பு கெழுமியதாயினும் கொஞ்சம் கவடுடையதாய்த் தோன்றும் முகங் கொண்டவன். கூர்மதியின் ஒளி பளிச்சிடும் அமைதியான அவனது கண்களின் பூரிப்பு வாய்ந்த தெள்ளிய பார்வையைக் கவனிக்கையில், அவன் பெரிய கைகாரன், இனிமை வாய்ந்த ஏதோ முக்கிய இரகசியத்தை யாருக்கும் தெரியாமல் தன்னுள் பத்திரப்படுத்தி வைத்திருக்கிறான் என்பதாய்த் தோன்றுகிறது. தனது தலையணைக்கு அடியில் அல்லது மெத்தைக்கு அடியில் அவன் எதையோ ஒளித்து வைக்கிறான். இதை அவன் யாருக்கும் காட்டுவதில்லை, கூச்சமே தவிர இதைத் தன்னிடமிருந்து பிடுங்கிக் கொண்டு விடுவார்கள், அல்லது திருடிவிடுவார்கள் என்பதல்ல இதற்குக் காரணம். சில சமயம் சன்னலுக்கு அருகே சென்று ஏனையோருக்குத் தனது முதுகுப்புறத்தைக் காட்டிக் கொண்டு நிற்கையில் தனது மார்பில் எதையோ குத்திப் பொருத்திக் கொண்டு அதைக் குனிந்து உற்று நோக்குகிறான். அத்தருணத்தில் யாராவது அவனிடம் வருவார்களாயின் உடனே அதை மார்பிலிருந்து பிய்த்தெடுத்துவிட்டுக் கூச்சம் தாங்க மாட்டாமல் சங்கடப்படுவான். ஆனால் அவனுடைய இரகசியத்தை ஊகித்தறிவது கடினமல்ல.

“நீங்கள் எனக்கு வாழ்த்துரைக்க வேண்டும்” என்று அவன் சில நேரங்களில் இவான் திமீத்ரிச்சிடம் சொல்கிறான். “எனக்கு நட்சத்திரத்துடன் கூடிய ஸ்தானிஸ்லாவஸ் விருது அளிக்க வேண்டுமென சிபாரிசு செய்திருக்கிறார்கள். நட்சத்திரத்துடன் கூடிய இரண்டாம் படிவ விருது சாதாரணமாய் வெளிநாட்டவர்களுக்கு மட்டுமே வழங்கப்படுகிறது, எக்காரணத்தாலோ விதிவிலக்காய் எனக்கு இதை அளிக்க விரும்புகிறார்கள்.புன்னகை புரிந்து தோள்களை உலுக்கிக் கொண்டு மேலும் கூறுகிறான்: “இதை நான் எதிர்பார்க்கவே இல்லை!”

“இதைப்பற்றி எல்லாம் தெரியாது எனக்கு” என்று கடுப்பாகவே பதிலளிக்கிறார் இவான் திமீத்ரிச்.

“இப்போதோ, இன்னும் சிறிது காலத்திலோ எனக்கு என்ன கிடைக்கப் போகிறதென்று தெரியுமா உங்களுக்கு?” என்று குறும்பாய்க் கண்ணைச் சிமிட்டிக் கொண்டு கேட்கிறான் அந்த முன்னாள் அஞ்சலகச் சிப்பந்தி. “ஸ்வீடிஷ் ‘துருவ நட்சத்திர’ விருது எனக்கு நிச்சயம் கிடைக்கப்போகிறது. இம்மாதிரியான ஒரு விருதுக்காக எவ்வளவு சிரமப்பட்டாலும் தகும். வெண்ணிறச் சிலுவையும் கறுப்பு ரிப்பனும் கொண்டது. கண்ணைப் பறிப்பதாய் இருக்கும்!”

இந்த மருத்துவமனைத் தனிக்கட்டில் இருப்பது போல் வேறு எங்கும் வாழ்க்கை சலிப்பூட்டுவதாய் இருப்பது கடினம்.

வாதநோயாளியையும் பருத்த விவசாயியையும் தவிர்த்து ஏனைய எல்லோரும் காலையில் வெளியே நடைக்குச் சென்று ஒரு பெரிய மரத் தொட்டியைச் சுற்றி நின்று உடம்பு கழுவிக் கொண்டு அங்கிகளின் அடி முனையால் துடைத்துக்கொள்கிறார்கள். பிறகு பிரதான கட்டடத்திலிருந்து நிகித்தா கொண்டுவந்து தரும் தேநீரைத் தகரக் குவளைகளிலிருந்து குடிக்கிறார்கள். தலைக்கு ஒரு குவளை தேநீர் தரப்படுகிறது. கூழும் ஊறிப் புளித்த முட்டைகோஸிலிருந்து தயாரிக்கப்படும் சூப்பும்தான் அவர்களுடைய மதிய உணவு. இந்த மதிய உணவில் எஞ்சும் கூழ் இரவுச் சாப்பாடாகிவிடுகிறது. இந்த இருவேளைச் சாப்பாடுகளுக்கு இடையிலுள்ள நேரத்தில் தத்தமது கட்டில்களில் படுத்திருக்கிறார்கள், தூங்குகிறார்கள், சன்னல்கள் வழியே வெளியே உற்று நோக்குகிறார்கள், அல்லது அறையில் மேலும் கீழுமாய் நடக்கிறார்கள். நாள் தவறாமல் இதுவேதான் நடைபெறுகிறது. முன்னாள் அஞ்சலகச் சிப்பந்தியுங்கூட மாற்றமின்றி அதே விருதுகளைப் பற்றிதான் எந்நேரமும் பேசுகிறான்.

ஆறாவது வார்டில் புதுமுகத்தைக் காண்பது அரிதினும் அரிது. மேற்கொண்டு உள்நோயாளிகளை மருத்துவமனையில் சேர்த்துக்கொள்வதை டாக்டர் நெடுநாட்களுக்கு முன்பே நிறுத்திக் கொண்டு விட்டார். வெளியுலகிலிருந்து பைத்தியக்கார விடுதிகளுக்கு வந்து பார்த்துவிட்டுச் செல்ல விரும்புவோர் அதிகம் பேர் இல்லை. முடிவெட்டும் செமியோன் லசாரிச் இரண்டு மாதங்களுக்கு ஒரு தரம் இந்த வார்டுக்கு வந்து செல்கிறான். இந்த ஆள் மூலம் இங்குள்ளவர்களுக்கு முடிவெட்டும் வேலை எப்படி நடந்தேறுகிறது, இதில் நிகித்தா அவனுக்கு எப்படி உதவி செய்கிறான் என்பதையோ, குடிபோதையுடன் இளித்துக்கொள்ளும் இந்த ஆளைக் கண்டதும் வார்டில் இருப்போரிடையே ஏற்படும் பீதியையோ இங்கு நான் விவரிக்கப்போவதில்லை.

முடிவெட்டுவதற்காக வரும் இந்த ஆளைத் தவிர்த்து வேறு யாரும் தனிக்கட்டுக்கு வருகை தருவதில்லை. பொழுது விடிந்து, பொழுது போனால் முற்றிலும் நிகித்தாவின் சகவாசத்திலேயே வாழும்படிச் சபிக்கப்பட்டவர்கள் இந்த உள்நோயாளிகள்.

ஆனால் சிறிது காலமாய் ஒரு வினோத வதந்தி மருத்துவமனையில் பரவி வருகிறது. ஆறாவது வார்டுக்கு டாக்டர் வருகை அளிக்க ஆரம்பித்திருப்பதாய்ப் பேசிக்கொள்கிறார்கள்.

5

வினோதமான வதந்திதான் இது!

டாக்டர் ஆந்திரேய் எபீமிச் அவருக்குரிய வழியில் மிகவும் குறிப்பிடத்தக்கவர்தான். இளமைப் பருவத்தில் அவர் மத அபிமானம் மிக்கவராய் இருந்தவர்; மத வழிப்பட்ட துறையில் இறங்கிவிட ஆசைப்பட்டு, 1863-ல் உயர்நிலைப் பள்ளிப் படிப்பு முடிவுற்றதும் மதத் துறைக் கல்லூரியில் சேர விரும்பினார் என்பதாய்க் கூறப்படுகிறது. மருத்துவ டாக்டரும் அறுவை சிகிச்சையாளருமான அவரது தந்தை எள்ளி நகையாடி எதிர்த்திராவிடில், பாதிரியாராகிவிடும் மகனைத் தம்மால் தமது மகனாய்க் கருத முடியாதெனக் கூறியிராவிடில், அவ்வாறே சேர்ந்திருப்பார் என்று சொல்லப்படுகிறது. இதெல்லாம் எந்த அளவுக்கு உண்மையோ எனக்குத் தெரியாது, மருத்துவத் துறையோ அல்லது எந்த ஒரு விஞ்ஞானத் துறையோ தமக்குரியதாய் எந்நாளும் தாம் கருதியதில்லை என்று ஆந்திரேய் எபீமிச் அடிக்கடி சொல்லக் கேட்டிருக்கிறேன் நான்.

அது எப்படியாயினும் மருத்துவத் துறையில் பட்டம் பெற்றபின் அவர் பாதிரியாராகிவிடவில்லை. பக்தியில் சிறப்புடையவராய் விளங்கவில்லை; அவரது மருத்துவ வேலையின் ஆரம்பத்தில், தற்போது இருப்பதைக் காட்டிலும் எவ்வகையிலும் அதிகமாய் பாதிரியாரைப் போல் இருந்துவிடவில்லை.

தடித்து வைரம் பாய்ந்த நயமற்ற விவசாயிரகத்தவர் அவர். அவருடைய முகம், தாடி, நேராய் நிற்கும் முடிகள்,

வலுவான முரட்டு உடற்கட்டு ஆகிய யாவும் சாலை வழியில் அமைந்த வாடகைச் சத்திரத்தின் உடைமையாளரான உண்டுப் பருத்து முரட்டுப் பிடிவாதங்கொண்ட மனிதரை நமக்கு நினைவூட்டுகின்றன. கடுமை வாய்ந்ததாய்த் தோன்றும் அவரது முகத்தில் நீல நாளங்கள் வலைப் பின்னலிட்டிருக்கின்றன, கண்கள் சிறிதாகவும் மூக்கு சிவப்பாகவும் இருக்கின்றன. திண்தோள்களும் தடித்துப் பெருத்த கைகளும் கால்களும் கொண்டு நெடிதுயர்ந்திருக்கிறார், ஒரே அடியில் ஆளை வீழ்த்தக்கூடியவராய்த் தோற்றமளிக்கிறார். ஆனால் ஓசையின்றி அமைதியாய் நடக்கிறார்; அவரது நடை எச்சரிக்கை வாய்ந்ததாய், கள்ளமனங் கொண்டதாய் இருக்கிறது; குறுகலான நடை வழியில் யாரையும் எதிர்படுகையில் அவர்தான் எதிரில் வருகிறவருக்கு முதலில் வழிவிடுகிறார், “மன்னிக்கணும்” என்று சொல்கிறார் - யாரும் எதிர்பார்க்கக்கூடிய அடித் தொண்டைக் குரலில் அல்ல, மிருதுவான மெல்லிய குரலில் சொல்கிறார். கழுத்தில் அவருக்குச் சிறு கரளைக் கட்டி ஒன்று இருக்கிறது, இதனால் அவர் விறைப்பான காலர் அணிந்து கொள்ள முடியாமல், மிருதுவான லினன் அல்லது பருத்திச் சட்டை போட்டுக்கொள்கிறார். டாக்டரைப் போல் உடுத்திக்கொள்வதில்லை அவர். ஒரே சூட்டைப் பத்து ஆண்டுகளுக்கு மாட்டிக் கொண்டு அலைகிறார், முடிவில் அவர் புதிதாய் ஒன்று வாங்கினாலுங்கூட, யூதர் ஒருவர் வைத்திருக்கும் ஆடைக் கடையிலே இதை அவர் வாங்குவது வழக்கமாதலால், பழையதைப் போலவே இதுவும் குலைந்து போய்க் கசங்கியதாகவே இருக்கிறது. நோயாளிகளைப் பரிசோதித்து மருந்து தருவதாயினும், சாப்பிடுவதாயினும், நண்பர்களைச் சந்திக்கச் செல்வதாயினும் எப்போதும் மாற்றமின்றி ஒரே கோட்டில்தான் காணப்படுகிறார். தமது தோற்றத்தில் சிறிதும் அக்கறையில்லாதவர் என்பதே தவிர, கருமித்தனம் அல்ல இதற்குக் காரணம்.

ஆந்திரேய் எபீமிச் எங்கள் நகருக்கு வந்து வேலையில் அமர்ந்த போது “தரும நிலையமான” மருத்துவமனை பயங்கர நிலையில் இருந்தது. வார்டுகளிலும் தாழ்வாரங்களிலும் மருத்துவமனை முற்றத்திலும் நாற்றம் தாங்காமல் மூக்கைப் பிடித்துக்கொள்ள வேண்டியிருந்தது. மருத்துவமனைச் சிப்பந்திகளும் நர்சுகளும் அவர்களது குடும்பத்தாரும் நோயாளிகளுடன் சேர்ந்து வார்டுகளிலேயே படுத்துறங்கினார்கள். கரப்பானும் மூட்டைப் பூச்சியும், சுண்டெலியும் வாழ்க்கையை நரகவேதனையாக்குவதாய் எல்லாரும் முறையிட்டு வந்தார்கள். அறுவை சிகிச்சைப் பிரிவில் எல்லாரும் அக்கியால் அவதியுற வேண்டியிருந்தது.

மருத்துவமனையில் அறுவை சிகிச்சைக் கத்திகள் இரண்டே இரண்டுதான் இருந்தன. வெப்பமானி ஒன்றுகூட கிடையாது. குளிப்புத் தொட்டிகள் உருளைக்கிழங்கு சேமக் கலன்களாய்ப் பயன்படுத்தப்பட்டு வந்தன. மருத்துவமனை மேலாளரும், மேட்ரனும், துணை டாக்டரும் நோயாளிகளது உணவைக் களவாடி வந்தார்கள். ஆந்திரேய் எபீமிச் வருவதற்கு முன்பு இங்கிருந்த பழைய டாக்டரைப் பொறுத்தவரை, மருத்துவமனைக்கு ஒதுக்கப்பட்ட சாராயத்தை அவர் கள்ளச்சந்தையில் விற்று லாபமடித்ததாகவும், நர்சுகளிடமிருந்தும் சிகிச்சைக்கு வந்த பெண்களிடமிருந்தும் அந்தப்புரக் காமக்கிழத்தியர் பட்டாளம் ஒன்றைத் திரட்டி வைத்திருந்ததாகவும் கூறப்பட்டது. இந்த அவமானகரமான நிலைமைகள் நகரவாசிகள் நன்கு அறிந்தவையே; ஒன்றுக்கு இரண்டாய் மேலும் மிகைப்படுத்தி அவர்கள் பேசி வந்தவையே இவை; ஆயினும் யாரும் இவற்றைப் பற்றிக் கவலைப்பட்டதாய்த் தெரியவில்லை. விவசாயிகளும் கீழ்வகுப்பினரும் மட்டுமேதான் இந்த மருத்துவமனையில் சிகிச்சை பெற்றார்கள், இத்தகையோர் மருத்துவமனையில் நிலவியவற்றைக் காட்டிலும் மிகவும் மோசமான நிலைமைகளில்தான் தமது வீடுகளில் வசிப்பவர்கள் ஆதலால், இவர்கள் குறைபட்டுக்கொள்ள காரணமில்லை என்று நடப்பு நிலைமைகளுக்குச் சிலர் நியாயம் கூறினர்; இத்தகையோருக்கு அறுசுவை உண்டியா சமைத்துப்போட முடியும் என்று கேட்டனர். சேம்ஸ்த் வோவின் [சேம்ஸ்த்வோ - புரட்சிக்கு முற்பட்ட ருஷ்யாவில் மாவட்ட ஆட்சி மன்றம்.] உதவியின்றி நகரால் நல்ல மருத்துவமனை ஒன்றை நடத்த முடியுமென எதிர்பார்ப்பது சாத்தியமன்று, மோசமானதாயினும் ஏதோ ஒன்று நடத்தப்பட்டு வருவதற்காக மனம் மகிழ்ந்துகொள்ள வேண்டுமென ஏனையோர் வாதாடினார்கள். சேம்த்வோவைப் பொறுத்தவரை அது ஆரம்பிக்கப்பட்டு அதிக காலமாகவில்லை, நகரிலோ சுற்றுப்புறத்திலோ சொந்தத்தில் அது மருத்துவமனையை அமைக்கவில்லை, ஏற்கெனவே ஒன்று இருக்கிறதே என்பதாய் சேம்ஸ்த்வோவில் கூறிக் கொண்டார்கள்.

ஆந்திரேய் எபீமிச் முதல்முறையாய் மருத்துவமனையைச் சுற்றிப் பார்வையிட்டதுமே இது நெறிமுறையற்ற நிலையம், சமுதாயத்தின் ஆரோக்கியத்துக்குக் கேடு விளைவிப்பது என்ற முடிவுக்கே அவர் வர வேண்டியிருந்தது. எல்லா நோயாளிகளையும் வீட்டுக்குப்போகச் சொல்லிவிட்டு மருத்துவமனையை மூடுவதுதான் சாலச் சிறந்ததெனக் கருதினார் அவர். ஆனால் இதற்குத் தமது சித்தம் மட்டுமின்றி மற்றும் பலவும் வேண்டியிருக்கும், எப்படியும்

மருத்துவமனையை மூடுவதால் எந்தப் பயனும் இல்லை, ஒழுக்கநெறித் துறையிலும் பௌதிகத் துறையிலுமான அழுக்குகளை ஓரிடத்திலிருந்து துடைத்து அகற்றியதும் நிச்சயம் அவை இன்னொரு இடத்தில் திரளவே செய்யும், தாமாகவே அவை மறைந்து ஒழிவதற்காகக் காத்திருப்பதுதான் நல்லது என்பதாய் அவர் தம்முள் வாதாடிக் கொண்டார். தவிரவும் மக்கள் ஒரு மருத்துவமனையை ஆரம்பித்து இவ்வளவு காலமாய் அதைச் சகித்துக்கொண்டு இருக்கிறார்கள் என்றால், அது அவர்களுக்குத் தேவைப்பட்டது என்றுதானே அர்த்தம்; தப்பெண்ணங்களும் இந்த அன்றாட அழுக்கும் அபாண்டங்களும் அவசியமானவையே, ஏனெனில் சாணியானது வளமான மண்ணாவது போல நாளாவட்டத்தில் இவை பயனுள்ளவையாய் மாற்றப்பட்டுவிடும், உலகிலுள்ள நல்லவை யாவும் ஆதியில் தீமையிலிருந்து உதித்தவையே.

மருத்துவமனையில் தமது வேலைகளை ஆரம்பித்தபோது ஆந்திரேய் எபீமிச் இந்த ஒழுங்கீனங்கள் குறித்து அதிகம் அலட்டிக் கொண்டதாய்த் தெரியவில்லை. இராப்பொழுதை வார்டுகளில் கழிக்க வேண்டாமென்று மட்டும் மருத்துவமனைச் சிப்பந்திகளிடத்தும் நர்சுகளிடத்தும் கூறினார்; அறுவை சிகிச்சைக் கருவிகளுக்காகத் தனியே இரண்டு அலமாரிகள் பொருத்தப்படுவதற்கு ஏற்பாடு செய்தார். மற்றபடி மேலாளரும் மேட்ரனும் எப்போதும் போல் செயற்பட்டு வந்தார்கள், அக்கியும் எப்போதும் போல் இருந்து வந்தது.

ஆந்திரேய் எபீமிச் நல்லறிவையும் நேர்மையையும் வெகுவாய்ப் போற்றுகிறவர்தான், ஆனால் தம்மைச் சுற்றிலும் நடைபெறும் வாழ்க்கையை நேர்மையான, அறிவு சார்ந்த அடிப்படையில் ஒழுங்கமைப்பதற்கு வேண்டிய அக வலிவும், உறுதிப்பாடும், தமக்குள்ள உரிமைகளில் திட நம்பிக்கையும் கொண்டவரல்ல. உத்தரவிடுவதற்கும், தடை விதிப்பதற்கும் உறுதியாய் கோருவதற்கும் ஏற்ற ஆளல்ல அவர். குரலை உயர்த்துவதில்லை, ஏவல் வினையை உபயோகிப்பதில்லை என்று அவர் சபதம் செய்து கொண்டு விட்டதாய்த் தோன்றிற்று. "அதைக் கொடு", அல்லது "அதை எடுத்துவா" என்று அவரால் கூற முடிவதில்லை. பசிக்கும்போது அவர் தயங்கியவாறு கனைத்துக் கொண்டு, "தேநீர் அருந்தலாமா?"... அல்லது "சாப்பாடு எந்த நிலையில் இருக்கிறது?" என்று சமையற்காரியிடம் விசாரிக்கிறார். களவாடுவதை நிறுத்தும்படி மேலாளரிடம் சொல்வதோ, அவரை வேலையிலிருந்து நீக்குவதோ, வேலையில்லாத உத்தியோகங்களை ஒழிப்பதோ அவரது சக்திக்கு

அப்பாற்பட்ட காரியங்கள். ஆந்திரேய் எபீமிச்சிடம் யாராவது பொய் கூறுகையில், அல்லது அவரை முகஸ்துதி செய்கையில், அல்லது அப்பட்டமாகவே தெரியும் பொய்க் கணக்கைக் காட்டிக் கையெழுத்திடும்படிக் கேட்கையில் அவருக்கு முகம் செக்கச் சிவந்துவிடுகிறது, நெஞ்சு குறுகுறுக்க அவர் அதில் கையெழுத்திடுகிறார். பட்டினி கிடக்க வேண்டியிருப்பதாகவும் கொடுமைப்படுத்தப் படுவதாகவும் நோயாளிகள் அவரிடம் வந்து முறையிடுகையில் அவர் சங்கடப்பட்டுக் கொண்டு மன்னிப்பு கேட்கும் தோரணையில் முணுமுணுக்கிறார்:

"சரி, இதைக் கவனிக்கிறேன்... எங்காவது சிறுபிழை ஏற்பட்டிருக்க வேண்டும்..."

ஆரம்பத்தில் ஆந்திரேய் எபீமிச் உற்சாகமாய்த்தான் வேலை செய்தார், தினமும் மதிய உணவு நேரம் வரை நோயாளிகளைப் பரிசோதித்து மருந்து கொடுத்தும், அறுவை சிகிச்சை அளித்தும் வந்தார், தாய்மை மருத்துவம்கூட செய்தார். அவர் அக்கறையும் கவனமும் வாய்ந்தவர், நோய்களை - குறிப்பாய்ப் பெண்கள் அல்லது குழந்தைகளின் நோய்களை - தேர்ந்த முறையில் நிர்ணயம் செய்தார் என்பதாய்ச் சீமாட்டிகள் கூறினார்கள். ஆனால் மாறாத முறையில் நடைபெற்ற தமது வேலை சலிப்புத் தட்டுவதாகவும், தெளிவாகவே சிறிதும் பயன் திறனற்றதாகவும் இருந்ததைக் கண்ணுற்று நாளாவட்டத்தில் அவர் சோர்வடைந்துவிட்டார். முதல்நாள் அவர் முப்பது நோயாளிகளுக்குச் சிகிச்சை தர வேண்டியிருந்தது; மறுதினமே திடுமென இந்த எண்ணிக்கை முப்பத்தைந்தாகவும், அதற்கு அடுத்த நாள் நாற்பதாகவும் அதிகரித்தது; நாளுக்கு நாள், ஆண்டுக்கு ஆண்டு இதுபோலவே நடைபெற்றது. ஆனால் நகரில் மரண விகிதம் குறையாமலே இருந்தது; புதிதாய்த் திரளாய் நோயாளிகள் வந்த வண்ணமிருந்தார்கள். காலை நேரத்தில் வெளியிலிருந்து வந்து சிகிச்சை பெறும் நாற்பது நோயாளிகளுக்கும் சரியானபடி மருத்துவ உதவியளிப்பது முடியாத காரியமாதலால், அவர் என்னதான் செய்தாலும் அவரது வேலை தவிர்க்க முடியாதபடி ஏமாற்றாகவே இருக்க வேண்டியதாயிற்று. ஓராண்டில் அவர் பன்னிரண்டு ஆயிரம் புறவருகை நோயாளிகளுக்குச் சிகிச்சை அளித்தாரெனில், உண்மையில் பன்னிரண்டு ஆயிரம் ஆடவரும் பெண்டிரும் ஏமாற்றப்பட்டார்கள் என்றுதான் அதற்கு அர்த்தம். கடுமையாய் நோயுற்றவர்களை மருத்துவமனையில் சேர்த்துக் கொண்டு விஞ்ஞானத்தின் விதிகள் பிரகாரம் இவர்களுக்குச் சிகிச்சை அளிப்பதும் சாத்தியமன்று, ஏனெனில் மருத்துவமனையில்

விதிகள் பல இருப்பினும் விஞ்ஞானம் கிஞ்சித்தும் இருக்கவில்லை. விஞ்ஞானத் தத்துவம் குறித்துக் கவலைப்படாமல் விதிகளை மட்டும் ஏனைய டாக்டர்களைப் போல் பகட்டுப் புலமையோடு பின்பற்றுவதென்றாலுங்கூட அதற்கு வேண்டியவை முக்கியமாய்ச் சுத்தமும் காற்றோட்டமுமே அன்றி, நாறிப்போன முட்டைக்கோஸ் சூப்பல்ல, துணை ஊழியர்களது உதவியே அன்றி அவர்களது திருட்டும் புரட்டுமல்ல.

மற்றும் சாவானது வாழ்வின் முறையான, நியாயமான இறுதி முடிவாய் இருக்கையில், மக்களை ஏன் சாகவிடாமல் தடுக்க வேண்டும்? கடைக்காரர் அல்லது எழுத்தர் ஒருவரது வாழ்வை ஐந்து அல்லது பத்து ஆண்டுகளுக்கு நீடிக்கச் செய்வதால் என்ன பயன்? மருந்து கொடுத்துத் துன்பத்தைக் குறைப்பதே மருத்துவத்தின் நோக்கமெனில், துன்பத்தை எதற்காகக் குறைக்க வேண்டும் என்ற கேள்வி தவிர்க்க முடியாதவாறு எழுகிறது. முதலாவதாக, மனிதகுலம் தூய்மை பெறுவதற்குத் துன்பம் துணை புரிவதாய் அல்லவா கருதப்படுகிறது. இரண்டாவதாக, மாத்திரைகளையும் தூள்களையும் கொண்டு துன்பத்தைக் குறைத்துக்கொள்ள மனிதகுலம் தெரிந்து கொண்டுவிடுமாயின், மக்கள் மதத்தையும் தத்துவஞானத்தையும் விட்டொழித்து விடுவார்களே, இதுகாறும் மக்கள் எவற்றில் தமக்கு எல்லாக் கேடுகளிடமிருந்தும் பாதுகாப்பு தேடிக் கொண்டார்களோ, எவற்றில் பேரின்பம் கிட்டுவதற்கான மார்க்கம் அமைந்திருக்கக் கண்டார்களோ அந்த மதத்தையும் தத்துவஞானத்தையும் விட்டுத் துறந்து விடுவார்களே. மரணப்படுக்கையில் புஷ்கின் [புஷ்கின், அலெக்சாண்டர் செர்கேயெவிச் (1799 - 1837) - மாபெரும் ருஷ்யக் கவிஞர்.] கொடுந்துன்பத்தைச் சகித்துக் கொண்டார்; பாவம் ஹெயினே [ஹெயினே (Heine), ஹென்றிஹ் (1797 - 1856) - மாபெரும் ஜெர்மன் கவிஞர், கட்டுரையாளர்.] பல ஆண்டுகளுக்குக் கைகால்கள் முடங்கிப்போய் அவதியுற்ற பிறகுதான் உயிர் நீத்தார். ஆகவே ஒரு ஆந்திரேய் எபீமிச்சையோ, ஒரு மத்திரியோனா சவிஷ்னாவையோ ஏன் நோயிலிருந்து விடுவிக்க வேண்டுமாம்? துன்பம் இல்லையேல் இவர்களது அற்ப வாழ்வு அமீபா கிருமியின் வாழ்வைப் போல் அறவே மதிப்பற்றதாய் அல்லவா ஆகிவிடும்?

இம்மாதிரியான வாதங்களால் வாட்டிவதைக்கப்பட்ட ஆந்திரேய் எபீமிச் மனம் ஒடிந்து போய், தினமும் மருத்துவமனைக்குப் போய் வரும் பழக்கத்தைக் கைவிடலானார்.

6

அவரது அன்றாட நடைமுறை வருமாறு. காலையில் சாதாரணமாய் எட்டு மணிக்கு எழுந்து உடுத்திக் கொண்டு தேநீர் அருந்துகிறார். பிறகு வீட்டில் தமது படிப்பறையில் உட்கார்ந்து புத்தகம் படிக்கிறார், இல்லையேல் மருத்துவமனைக்குப் போகிறார். சிகிச்சை பெறுவதற்காக வந்தவர்கள் மருத்துவமனையில் சேர்க்கப்படுவதற்காக இருண்ட குறுகலான தாழ்வாரங்களில் காத்திருப்பதைப் பார்க்கிறார். மருத்துவமனைச் சிப்பந்திகளான ஆடவரும் பெண்டிரும் கல் தரையில் பூட்சுக் கால்கள் தடதடக்க அவர்களைக் கடந்து அவசரமாய்ச் செல்கிறார்கள். மருத்துவமனையில் தங்கியிருக்கும் வற்றிப்போன நோயாளிகள் தமது அங்கிகளை மாட்டிக் கொண்டு அங்குமிங்கும் செல்கிறார்கள். பிரேதங்களும் மலஜலப் பானைகளும் தூக்கிச் செல்லப்படுகின்றன. குழந்தைகள் அழுகிறார்கள், குளிர்ந்த காற்று தாழ்வாரத்தினுள் சுழன்றடிக்கிறது. ஜூர வேகங் கொண்ட காச நோயாளிகளுக்கும், மற்றும் நரம்பு நோயாளிகளுக்கும் இம்மாதிரியான நிலைமைகள் சித்திரவதைக்கு ஒப்பானவை என்பது ஆந்திரேய் எபீமிச்சுக்குத் தெரிந்ததுதான், ஆனால் என்ன செய்வது? வரவேற்பு அறையில் துணை மருத்துவரான செர்கேய் செர்கேயிச் அவருக்கு முகமன் கூறுகிறார். செர்கேய் செர்கேயிச் கட்டை குட்டையானவர், மழிக்கச் சிரைக்கப்பட்டு நன்றாய்க் கழுவப் பெற்ற குண்டு முகமுடையவர், சொகுசான, இதமான நடையுடை பாவனைகள் கொண்டவர். தொளதொளப்பான புதிய

சூட் அணிந்திருக்கும் இவர் பார்ப்பதற்குத் துணை மருத்துவராய்த் தெரியவில்லை, செனட்டரைப் போன்றவராய் இருக்கிறார். தனியார் முறையிலும் நகரில் மிகப் பலருக்குச் சிகிச்சை அளிக்கிறார், கழுத்தில் வெள்ளை டை அணிந்திருக்கிறார், தனியார் பணி எதுவுமில்லாத ஆந்திரேய் எபீமிச்சைக் காட்டிலும் தமக்கு அதிகம் தெரியுமென நினைக்கிறார். வரவேற்பறையில் ஒரு மூலையில் பெரிய சாமி படத்துடன் கூடிய மேடை ஒன்று இருக்கிறது, அதன் முன்னால் கனத்த விளக்கு தொங்குகிறது. அருகில் வெண்ணிற மூடாக்கிடப்பட்ட சரவிளக்கு இருக்கிறது. மேற்றி ராணியர் உருவப் படங்களும் ஸ்வியத்தகோர்ஸ்க் மடாலயத்தின் படமும் காய்ந்த சோள மலர்களாலான சரங்களும் சுவர்களை அலங்கரிக்கின்றன. செர்கேய் செர்கேயிச் மத அபிமானம் கொண்டவர், பிறழாது சடங்குகளை அனுஷ்டிக்கிறவர். மருத்துவமனையில் சாமி படம் வைப்பதற்கு ஏற்பாடு செய்தவர் அவர்தான். ஞாயிற்றுக்கிழமைதோறும் நோயாளிகளில் ஒருவரை அவர் பிரார்த்தனை வாசகம் படிக்கச் சொல்கிறார், அதன் பின் செர்கேய் செர்கேயிச் தாமே தூபகலசத்தைத் தூக்கி ஆட்டித் தூபத்தைப் பரப்பியவாறு எல்லா வார்டுகளையும் சுற்றிச் செல்கிறார்.

நோயாளிகள் ஏராளமாயிருக்கிறார்கள், ஆனால் நேரம் அதிகமில்லை. ஆகவே ஒவ்வொரு நோயாளியிடமும் டாக்டர் இரண்டொரு கேள்விக்கு மேல் கேட்பதற்கில்லை. இதன் பிறகுஅவர் ஏதாவது மருந்து எழுதித் தருகிறார், பெரும்பாலான சந்தர்ப்பங்களில் தைலம் அல்லது விளக்கெண்ணெய் தடவச் சொல்கிறார். ஆந்திரேய் எபீமிச் மடக்கிய கையின் மீது கன்னத்தை வைத்துச் சாய்த்துக் கொண்டு மெய்மறந்து ஏதோ சிந்தனையில் ஆழ்ந்தவராய் இயந்திரம் போல் நோயாளிகளிடம் கேள்வி கேட்டுச் செல்கிறார். செர்கேய் செர்கேயிச்சும் அங்கே அமர்ந்திருக்கிறார், உள்ளங்கைகளைத் தேய்த்தவாறு வீற்றிருக்கும் அவர் எப்போதாவது இடையில் புகுந்து இரண்டொரு வார்த்தை பேசுகிறார்.

“நாம் நோயால் வருந்துகிறோம், வறுமையால் வாடுகிறோம், காரணம் என்னவெனில் கருணை நிறைந்த நமது தேவனை நாம் பிரார்த்திப்பதில்லை; ஆம், அதுவேதான் காரணம்!” என்கிறார் அவர்.

சிகிச்சை அளிப்பதற்குரிய இந்த நேரத்தில் ஆந்திரேய் எபீமிச் அறுவைசிகிச்சை எதுவும் செய்வதில்லை; அறுவை செய்யும் பழக்கத்தையே அவர் விட்டொழித்து நெடுங்காலமாகிறது; இரத்தத்தைப் பார்த்தாலே இப்போது அவர் கலக்கமடைந்துவிடுகிறார்.

குழந்தையின் தொண்டைக்குள் பார்க்கும் பொருட்டு அவர் அதன் வாயைத் திறக்க முற்படுகையில் குழந்தை வீரிட்டுக் கத்திக் கொண்டு தனது பிஞ்சுக் கைகளால் அவரைத் தள்ள முயலுகிறது; குழந்தை கூச்சலிடுவதைக் கேட்டதும் ஆந்திரேய் எபீமிச்சுக்குத் தலை கிறுகிறுக்கிறது, கண்களில் கண்ணீர் ததும்புகிறது. அவசரமாய் அவர் மருந்து எழுதிக் கொடுத்துத் தாயிடம் குழந்தையை எடுத்துச் செல்லுமாறு கைகளை ஆட்டிக் காட்டுகிறார்.

விரைவில் அவர் களைத்துப் போய் விடுகிறார்; நோயாளிகளது பதற்றமும் அசட்டுத்தனமும், சடங்குப் பிரியரான செர்கேய் செர்கேயிச் தமக்கருகே வீற்றிருப்பதும், இருபது ஆண்டுகளுக்கு மேலாய் மாற்றமின்றி நோயாளிகளிடம் தாம் கேட்டு வரும் அந்தக் கேள்விகளும் சேர்ந்து அவரை சோர்வடையச் செய்கின்றன. ஐந்தாறு நோயாளிகளை விசாரித்து மருந்து எழுதிக் கொடுத்ததும் வீட்டுக்குத் திரும்பி விடுகிறார். துணை மருத்துவர் ஏனையோருக்கு மருந்து கொடுத்து அனுப்பட்டுமென்று சென்றுவிடுகிறார்.

நல்லவேளையாய்த் தனியார் மருத்துவப் பணியை நெடுங்காலத்துக்கு முன்பே கழித்துக்கட்டிவிட்டோம், வீட்டிற்கு யாரும் வந்து தொல்லை செய்ய மாட்டார்கள் என்று ஆந்திரேய் எபீமிச் மனம் மகிழ்ந்துகொள்கிறார். வீட்டுக்குத் திரும்பியதும் உடனே தமது அறையினுள் மேஜைக்கு எதிரே அமர்ந்து படிக்க ஆரம்பித்துவிடுகிறார். நிறைய படிக்கிறார், எப்போதுமே மகிழ்ச்சியுடன் படிக்கிறார். அவருடைய சம்பளத்தில் ஒரு பாதி புத்தகங்களுக்காகப் போய்விடுகிறது, அவர் வீட்டிலுள்ள ஆறு அறைகளில் மூன்றில் புத்தகங்களும் பழைய சஞ்சிகைகளும் அடைத்து வைக்கப்பட்டுள்ளன. வரலாறும் தத்துவவியலும்தான் படிப்பதற்கு அவருக்கு மிகவும் பிடித்தமானவை. மருத்துவர் ஒன்று மட்டும்தான் அவர் கட்டணம் கட்டித் தருவித்து வரும் மருத்துவப் பத்திரிகை. எப்போதும் இதை அவர் கடைசியிலிருந்து தொடங்கிப் படிக்க ஆரம்பிக்கிறார். அலுப்போ சலிப்போ இன்றித் தொடர்ச்சியாய்ப் பல மணிநேரம் படிக்கிறார். முன்பு இவான் திமீத்ரிச் படித்து வந்தது போல் அதிவேகமாகவோ, ஆவேசமாகவோ படிக்கவில்லை அவர்; மெதுவாகவும், உணர்ச்சிப் பரவசத்தோடும், தமக்கு இனிமை தருவனவாகவோ, புரிந்துகொள்ளக் கடினமாகவோ இருக்கும் இடங்களில் அடிக்கடி நிறுத்தி ஆலோசித்தவாறும் படிக்கிறார். அவரது புத்தகத்துக்குப் பக்கத்தில் எப்போதும் வோத்கா குடுவை ஒன்று இருக்கிறது, உப்பிலிட்ட வெள்ளரிப்பிஞ்சோ,

ஊறிய ஆப்பிளோ அடியில் தட்டு இல்லாமலே நேரே மேஜையின் கம்பளி விரிப்பின் மீது கிடக்கும். அரை மணிநேரத்துக்கு ஒரு தரம் அவர் தமது புத்தகத்திலிருந்து கண்ணைத் திருப்பாமலே, கண்ணாடி மதுக் கிண்ணத்தில் வோத்காவை ஊற்றிக் குடித்துவிட்டுக் கையால் தடவி வெள்ளரியை எடுத்துக் கடித்துக்கொள்கிறார்.

மூன்று மணி அடித்ததும் ஓசையின்றி மெல்ல அடுப்பங்கரைக் கதவுக்கருகே சென்று கனைத்துக் கொண்டு கேட்கிறார்:

"தாரியா, சாப்பாடு எந்த நிலையில் இருக்கிறது?"

தாறுமாறாய் எடுத்து வைக்கப்படும் சுவையில்லாத சாப்பாட்டைச் சாப்பிட்டபின் ஆந்திரேய் எபீமிச் கையைக் கட்டிக் கொண்டு சிந்தனையில் மூழ்கியவராய் ஒவ்வோர் அறையாய்ச் சென்று சுற்றி வருகிறார். மணி நான்கு அடிக்கிறது, பிறகு ஐந்தும் அடிக்கிறது, இன்னும் ஆந்திரேய் எபீமிச் சிந்தனையில் ஆழ்ந்தவராய் அங்கும் இங்கும் நடக்கிறார். இடையிடையே அடுப்பங்கரைக் கதவு கிரீச்சிடுகிறது, தாரியாவின் தூங்கி வழியும் சிவந்த முகம் வெளியே எட்டிப் பார்க்கிறது.

"ஆந்திரேய் எபீமிச், நீங்கள் பீர் அருந்த வேண்டிய நேரம் அல்லவா இது?" என்று அவள் கவலைதொனிக்கக் கேட்கிறாள்.

"இல்லை, இன்னும் கொஞ்சம் நேரமாகட்டும், கொஞ்ச நேரம்..." என்கிறார் அவர்.

அந்திவேளை நெருங்கியதும் அஞ்சலகத் தலைவர் மிகயீல் அவெரியானிச் வந்து சேருகிறார். நகரில் அவர் ஒருவருடைய சகவாசம்தான் ஆந்திரேய் எபீமிச்சுக்கு வேதனைக்குரியதாய் இல்லாதது. மிகயீல் அவெரியானிச் ஒரு காலத்தில் செல்வச் செழிப்புடைய நிலக்கிழாராய் இருந்தவர், குதிரைப் படையில் பணிபுரிந்தவர். ஆனால் அவர் தமது செல்வங்களை இழக்க நேர்ந்ததும் இல்லாமையால் நிர்ப்பந்திக்கப்பட்டு வயோதிகக் காலத்தில் அஞ்சலகத்தில் வேலை ஏற்க வேண்டியதாயிற்று. வலுவும் ஊக்கமும் மிக்கவராய்த் தோன்றுகிறார், மண்டித் தழைத்த கிருதா வைத்திருக்கிறார், இனிய நடத்தைப் பாங்குடையவர், அவரது குரல் பலமாய் ஒலிப்பதாயினும் கேட்பதற்கு இனிமையானது. அன்பும் நுண்ணுணர்வும் கொண்டவர், ஆனால் கோபக்காரர். அஞ்சலகத்துக்கு வருவோரில் யாராவது கண்டனம் தொனிக்கப் பேசவோ, எதிர்த்து ஒரு வார்த்தை சொல்லவோ, வாதாடவோ முற்படுவாராயின் மிகயீல் அவெரியானிச் உடனே முகம் செக்கச்

சிவந்து போய்க் கோபத்தால் அங்கங்கள் ஆடித் துடிக்க, இடியென அதிரும் குரலில் "சப்தம் போடாதீர்கள்!" என்று அதட்டுகிறார். இதனால் அச்சம்தரும் ஓர் இடமாய் நெடுநாட்களாகவே இந்த அஞ்சலகம் ஊர் மக்களிடையே பெயரெடுத்திருக்கிறது. ஆந்திரேய் எபீமிச்சின் கல்வி ஞானத்துக்காக, ஆத்மார்த்திக உயர்நிலைக்காக மிகயீல் அவெரியானிச் அவரிடம் பிரியமும் மதிப்பும் காட்டுகிறார், ஏனைய எல்லோரையும் கீழ்நிலையாளர்களாய்க் கருதி அவர்களிடம் இறுமாப்புடன் நடந்துகொள்கிறார்.

"இதோ வந்திருக்கிறேன்!" என்று கூவி அறைக்குள் நுழைகிறார் அவர். "நண்பரே, என்ன சேதி? தொல்லை தர வந்து விட்டான் என்று நினைக்கிறீர்கள், இல்லையா?"

"அதெல்லாம் இல்லை, மகிழ்ச்சியடைகிறேன்" என்று டாக்டர் அவருக்குப் பதிலளிக்கிறார். "உங்களைச் சந்திப்பதில் எப்போதுமே எனக்கு மகிழ்ச்சிதான்."

நண்பர்கள் இருவரும் அறையிலுள்ள சோபாவில் அமர்ந்து, சற்று நேரம் மௌனமாய்ப் புகை பிடிக்கிறார்கள்.

"தாரியா, கொஞ்சம் பீர் குடிக்கலாமா?" என்று கேட்கிறார் டாக்டர்.

முதல் பாட்டிலை இருவரும் மௌனமாகவே குடித்து முடிக்கிறார்கள். வருத்தம் தரும் நினைவுகளில் மூழ்கியவராய்த் தோன்றுகிறார் டாக்டர். ஆனால் மிகயீல் அவெரியானிச் களிபேருவகை கொண்டவராய்க் காணப்படுகிறார், மிகவும் வேடிக்கையான தகவலைச் சொல்லப் போகிறவரைப் போலிருக்கிறது அவரது தோற்றம். எப்போதும் டாக்டர்தான் உரையாடலை ஆரம்பித்து வைப்பவர்.

"வருந்தத்தக்க நிலைமை" என்று அமைதியாகவும் மெல்லவும் பேசத் தொடங்குகிறார், இலேசாய்த் தலையை ஆட்டிக்கொள்கிறார், ஆனால் தமது நண்பரின் முகத்தை நிமிர்ந்து பார்க்காமலே பேசுகிறார் (யார் முகத்தையும் நிமிர்ந்து பார்ப்பதில்லை அவர்). "எனது அருமை மிகயீல் அவெரியானிச், இது வருந்தத்தக்க நிலைமை; சுவையான, அறிவுசார்ந்த உரையாடலை மதிப்பவரோ, இம்மாதிரி உரையாடக் கூடியவரோ நமது நகரில் யாரும் இல்லாதது வருந்தத்தக்கது. நம் போன்றோருக்கு இரு சகிக்கமுடியாத ஒரு நிலைமை. படித்த வர்க்கத்தாருங்கூட அற்ப விவகாரங்களது நிலைக்கு மேல் உயருவதில்லை; இவர்களது அறிவு வளர்ச்சி

கீழ்வர்க்கங்களுடையதைக் காட்டிலும் எவ்வகையிலும் மேலானதாய் இல்லையென்று திடமாய்ச் சொல்வேன்."

"ஆம், நீங்கள் சொல்வது முற்றிலும் உண்மை."

"உங்களுக்குத் தெரிந்ததுதான் இது" என்று அவரது அமைதியான, நிதானமான குரலில் தொடர்ந்து பேசுகிறார் டாக்டர். "இவ்வுலகில் மனிதனது மனத்தின் உயர்ந்த ஆன்மிக வெளிப்பாடுகளைத் தவிர்த்து ஏனைய யாவும் அற்பமானவையே, சுவையற்றவையே. மனம்தான் மனிதனுக்கும் விலங்குகளுக்கும் இடையிலுள்ள எல்லைக்கோட்டை வரைகிறது, மனிதனது தெய்வீகத்தன்மையை நமக்குச் சிறிதளவு புலப்படுத்துகிறது, இல்லாத ஒன்றான இறவாமையின் பிரதியாகவுங்கூட ஓரளவுக்கு நமக்கு அமைகிறது. இந்த அடிநிலையிலிருந்து ஆராய்வோமாயின், மனம்தான் இன்பத்தின் ஊற்றுக்கண் என்பது விளங்கும். ஆனால் மனத்தின் வடிவிலான எதுவும் இங்கு நமது சுற்றுப்புறத்தில் இருப்பதாய்க் காணவும் முடியவில்லை, கேட்கவும் முடியவில்லை. இன்பத்தைச் சுவைக்க முடியாத ஒரு நிலையில் நாம் இருத்தப்பட்டிருக்கிறோம் என்பதே இதன் பொருள். நமக்கு நமது புத்தகங்கள் இருக்கின்றன என்பது மெய்தான், ஆனால் புத்தகங்கள் உரையாடலுக்கோ, நேரடித் தொடர்புக்கோ ஈடாகிவிட முடியாது. உருவகமாய்ச் சொல்ல விரும்புகிறேன், சிறப்பான உருவகமாய் அமைவதாய் நான் கருதவில்லை, இருப்பினும் இப்படிச் சொல்ல அனுமதிப்பீர்களாயின், புத்தகங்களை அச்சிடப்பட்ட இசையென்றும், உரையாடலைப் பாடப்படும் இசையென்றும் சொல்வேன்."

"ஆம், முற்றிலும் உண்மை."

இருவரும் மௌனமாகிவிடுகிறார்கள். தாரியா அசட்டுச் சோகம் படர்ந்த முகபாவத்தோடு அடுப்பங்கரையிலிருந்து வெளியே வந்து, மடக்கிய கையின் மீது கன்னத்தை வைத்தழுத்திக் கொண்டு வாயிற்படியில் நிற்கிறாள்.

"ஓய்" என்று பெருமூச்சு விடுகிறார், மிகயீல் அவெரியானிச். "இக்காலத்தவர்கள் மனம் என்பதாய் எதுவும் இல்லாதவர்கள் ஆயிற்றே!"

முன்பெல்லாம் வாழ்க்கை எவ்வளவு ஆரோக்கியமாய், குதூகலமாய், சுவையாய் இருந்தது, பழைய ருஷ்யாவின் படித்த வர்க்கத்தினர் எப்படிச் சிறப்புடையோராய் இருந்தார்கள், கண்ணியத்தையும் நட்பையும் எப்படி உயர்வாய் மதித்துப்

போற்றினார்கள் என்று பேசுகிறார் அவர். பற்றுச் சீட்டு பெறாமலே ஒருவருக்கொருவர் அன்று கடனாய்ப் பணம் தந்தார்கள், உதவி தேவைப்படும் நண்பனுக்குக் கைகொடுத்து உதவாதிருப்பது அவமானமாய்க் கருதப்பட்டது. படை நிகழ்ச்சிகள், வீர சாகசங்கள், சண்டைகள் - எல்லாம் எவ்வளவு சிறப்பாய் இருக்கும்! எப்படிப்பட்ட நண்பர்கள்! எப்படிப்பட்ட பெண்கள்! காக்கசஸ் - அற்புதமான இடமல்லவா அது! படைப்பிரிவின் தளபதிக்கு மனைவி ஒருத்தி இருந்தாள். அதிவினோதமானவள் அவள், ஆபீசருக்குரிய உடுப்புகள் அணிந்து தினமும் அந்தியில் குதிரையிலே ஏறி வழித்துணை யாரும் இல்லாமலே மலைகளை நோக்கிப் பாய்ந்தோடுவாள். எங்கோ மலைக் கிராமத்தில் யாரோ கோமகனிடம் அவளுக்குக் கள்ளக்காதல் என்பதாய்ப் பேசிக் கொண்டார்கள்.

“புனித அன்னையே!” என்று நெடுமூச்சுவிடுகிறாள் தாரியா.

“எப்படிக் குடித்தோம்! எப்படிச் சாப்பிட்டோம்! எதற்கும் துணிந்த மிதவாதிகளாய் அல்லவா இருந்தோம்!”

ஆந்திரேய் எபீமிச் கேட்டுக் கொண்டுதான் இருக்கிறார் என்றாலும், காதில் எதையும் வாங்கிக்கொள்ளவில்லை; பீரைச் சுவைத்தவாறு வேறு எதைப் பற்றியோ ஆலோசித்துக் கொண்டிருக்கிறார் அவர்.

“நுண்ணறிவுடையோரைப் பற்றி அடிக்கடி நான் கனவு காண்கிறேன், இவர்களுடன் உரையாடுகிறேன்” என்று அவர் மிகயீல் அவெரியானிச்சை இடைமறித்துத் திடுமெனக் கூறுகிறார். “என் தந்தை எனக்குச் சிறந்த கல்வி கிடைக்கும்படிச் செய்தார். ஆனால், அறுபதாம் ஆண்டுகளின் கருத்துக்களால் உந்தப்பட்டு அவர் என்னை மருத்துவத்துறைக்குச் செல்ல வைத்தார். சில நேரங்களில் நான் நினைப்பதுண்டு: அவர் பேச்சைக் கேட்காமல் இருந்திருந்தால், இதற்குள் நான் ஏதேனும் அறிவுத் துறையாளர் இயக்கத்தின் நடுமையத்திலே இருக்கலாமே என்று. பல்கலைக்கழக ஆசிரியர் குழாமில் உறுப்பினனாய் இருந்திருப்பேன். ஆமாம், மனம் இறவாதது அல்ல, ஏனைய யாவற்றையும் போல அதுவும் அநித்தியமானதே என்றாலும், நான் ஏன் அதை உன்னதமானதாய்க் கருதுகிறேன் என்பதை ஏற்கெனவே விளக்கிச் சொன்னேன். படுமோசமான எலிப்பொறி போன்றது வாழ்க்கை. சிந்திக்கும் ஒருவன் முதிர்ச்சியுற்று, மனம் அறிந்து சிந்திக்கும் ஆற்றல் பெற்றதும், தப்பித்துச் செல்ல வழியில்லாத பொறியில் தான் அகப்பட்டுக் கொண்டு விட்டதாய் அல்லவா நினைக்க வேண்டியிருக்கிறது.

இதைச் சிந்தித்துப் பார்ப்போமாயின், அவன் தன் விருப்பத்துக்கு விரோதமாய், முற்றிலும் தற்செயலான காரணங்களின் விளைவாய், இல்லாத நிலையிலிருந்து தருவிக்கப்பட்டவனாவான்... எதற்காகத் தருவிக்கப்பட்டவன்? தான் இருப்பதன் அர்த்தம் என்ன, இதன் நோக்கம் என்ன என்பதை அவன் கண்டறிந்துகொள்ள முயலும் போது அவனுக்கு எந்தப் பதிலும் கிடைப்பதில்லை, அல்லது எல்லாவிதமான அபத்தங்களையும் அவனுடைய கேள்விக்குரிய பதிலாய் அவனிடம் சொல்கிறார்கள். அவன் தட்டுகிறான், ஆனால் கதவை யாரும் திறக்கவில்லை. பிறகு சாக்காடு வருகிறது - அதுவும் அவருடைய விருப்பத்துக்கு விரோதமாகவே வருகிறது. சிறையில் அடைபட்ட கைதிகள் - தம் எல்லோருக்கும் பொதுவான துர்பாக்கியத்தால் ஒன்றுபட்ட இவர்கள் - ஒன்றுசேர்ந்து இருக்கும் போது எப்படி மகிழ்கிறார்களோ, அதேபோலப் பகுத்தாராய்வதிலும் பொதுமைப் படுத்துவதிலும் நாட்டங் கொண்டவர்கள் ஒருவரையொருவர் கவர்ந்திழுக்கிறார்கள், தாம் இருப்பது தப்ப வழியில்லாத பொறி என்பதை மறந்து, உன்னதமான, கட்டற்ற சிந்தனைகளைத் தமக்குள் பரிமாறிக் கொண்டு சுவையாய் நேரத்தைக் கழிக்கிறார்கள். இவ்வழியில் மனமானது ஒப்புயர்வற்ற நிறைவுக்கும் மகிழ்ச்சிக்குமான ஆதாரமாகிறது."

"முற்றிலும் உண்மை."

இடைமறிப்பவரை நிமிர்ந்து பார்க்காமலே ஆந்திரேய் எபீமிச் நுண்ணறிவு படைத்தோரையும், அவர்களோடு உரையாடுவதிலுள்ள இன்பத்தையும் பற்றி, தயக்கத்துடன் ஒலிக்கும் தமது இதமான குரலில் பேசிச் செல்கிறார். மிகயீல் அவெரியானிச் அதைக் கவனமாய்க் கேட்கிறார், இடையிடையே "முற்றிலும் உண்மை" என்று கூறித் தமது உடன்பாட்டைத் தெரிவிக்கிறார்.

"ஆனால் ஆன்மா இறவாதது என்பதில் உங்களுக்கு நம்பிக்கை இல்லையா?" என்று திடுமெனக் கேட்கிறார் அஞ்சலகத் தலைவர்.

"இல்லை, எனது அருமை மிகயீல் அவெரியானிச், எனக்கு அதில் நம்பிக்கையும் இல்லை, அப்படி நம்புவதற்கு எந்த ஆதாரமும் உண்டென்ற நினைப்பும் இல்லை."

"உண்மையைச் சொல்வதெனில், நானும் இது பற்றிச் சந்தேகப்படுகிறவன்தான். நான் சாகவே மாட்டேன் என்பதாய் என்னுள் ஓர் உணர்வு இருந்து வருகிறது, தெரியுமா உங்களுக்கு? 'ஓய், கிழவனாரே, நீர் சாக வேண்டிய நேரம் நெருங்குகிறது'

என்பதாய் என்னுள் சில நேரம் நான் கூறிக்கொள்வதுண்டு. ஆனால் மெல்லிய குரல் ஒன்று என் காதுக்குள் முணுமுணுக்கிறது: 'நம்பாதே நீ! எந்நாளும் நீ சாக மாட்டாய்!'

ஒன்பது மணியான பிறகு மிகயீல் அவெரியானிச் விடைபெற்றுக் கொள்கிறார். நுழைவறையில் நின்று தமது கனத்த கோட்டை மேலே மாட்டிக் கொண்டு பெருமூச்செறிந்தவாறு சொல்கிறார் அவர்:

"விதியானது நம்மை எப்படிப்பட்ட குழிக்குள் தள்ளியிருக்கிறது! கொடுமையிலும் கொடுமை என்னவெனில், இங்கேயேதான் நாம் உயிரை விட்டாக வேண்டும்!"

7

தமது நண்பரை வழியனுப்பி வைத்தபின் ஆந்திரேய் எபீமிச் மேஜைக்கு முன்னால் அமர்ந்து திரும்பவும் படிக்க முற்படுகிறார். இரவின் நிசப்தத்தை எந்தச் சப்தமும் குலைத்திடவில்லை, நேரமுங்கூட அப்படியே அசையாது நின்று டாக்டரையும் அவரது புத்தகத்தையும் உற்று நோக்குவது போல், இந்தப் புத்தகத்தையும் பச்சை மூடாக்கிடப்பட்ட விளக்கையும் தவிர அனைத்து உலகிலும் வேறு எதுவும் இல்லாதது போல் தோன்றுகிறது. விவசாயி முகத்தைப் போன்ற தான் டாக்டரின் முரடான முகத்தில் சிறிது சிறிதாய்க் குறுநகை தோன்றிப் பளிச்சிடுகிறது. மனிதனது மனத்தின் வெளிப்பாடுகளிடம் அவருக்குள்ள பாசத்தையும் மதிப்புணர்ச்சியையும் காட்டும் குறுநகை அது. ஏன் இப்படி, மனிதன் ஏன் இப்படி இறந்து மறைகிறவனாய் இருக்கிறான்? என்று நினைக்கிறார் அவர். மூளையின் கேந்திரங்களும் நெளிந்தோடும் மடிப்புகளும், மற்றும் கண்பார்வையும், பேச்சும், தன்னுணர்வும், மேதாவிலாசமும் ஆகிய யாவும் நோக்கமின்றி, காரணமின்றி இருந்து மண்ணோடு மண்ணாய்க் கலந்து போய், முடிவில் பூமியின் புரணியுடன் கூட குளிர்ந்து ஜில்லிட்டு அனந்தம் கோடி ஆண்டுகளுக்குச் சூரியனைச் சுற்றிச் சுழலுவதே இவற்றின் தலைவிதியெனில், ஏன் இவை எல்லாம்? இப்படிக் குளிர்ந்து ஜில்லிட்டுச் சுற்றிச் சுழன்று செல்லும் பொருட்டு, உன்னதமான, தெய்வீகமான மனம் படைத்த மனிதனைச் சூன்யத்திலிருந்து தருவித்திருக்க வேண்டியதில்லையே! இப்படித் தருவித்துக்

கொடிய முறையில் கேலி செய்வது போல அவனைக் களிமண்ணாக்க வேண்டியதில்லையே!

வளர்சிதைமாற்றம்! கோழையால்தான் இதைப் போய் இறவாமைக்கு மாற்றாய்க் கருதி மனதுக்கு ஆறுதல் தேடிக்கொள்ள முடியும்! இயற்கையில் நடந்தேறும் உணர்வற்ற நிகழ்ச்சிப் போக்குகள் மனித மூடத்தனத்தினுங் கேடான கீழ்நிலைக்கே உரியவை, ஏனென்றால் மூடத்தனத்திலும் ஓரளவு உணர்வும் சித்தமும் இருக்கின்றன, ஆனால் மேற்கூறிய நிகழ்ச்சிப் போக்குகளுக்கு அடிநிலையாய் எதுவும் இல்லை. தன்மானம் பெரிதல்ல, சாக்காடு குறித்து தனக்குள்ள அச்சமே பெரிதெனக் கருதும் கோழையால்தான் தனது உடல் புல்லிலும் கல்லிலும் தேரையிலும் இன்ன பிறவற்றிலும் தொடர்ந்து வாழுமென்ற எண்ணத்தின் வாயிலாய் ஆறுதல் தேடிக்கொள்ள முடியும். உயர் மதிப்புக்குரிய பிடில் உடைந்து நொறுங்கிப் பயனற்றதாகிய பிறகு, பிடில் பெட்டிக்குச் சிறந்த எதிர்காலம் இருப்பதாய்க் கூறுவது எப்படி நகைக்கத்தக்கதோ, அதேபோல் நகைக்கத்தக்கதுதான் வளர்சிதைமாற்றத்தில் இறவாமையைக் காணும் இந்த முயற்சி.

கடிகாரம் மணியடிக்கும்தோறும் ஆந்திரேய் எபீமிச் தமது நாற்காலியில் நன்றாய்ச் சாய்ந்து, தமது சிந்தனைகளில் முழுக்கருத்து செலுத்தும் பொருட்டு கணப் பொழுதுக்குக் கண்களை மூடிக்கொள்கிறார். இவ்வளவு நேரம் அவர் படித்துக் கொண்டிருந்த அந்தப் புத்தகத்தில் எடுத்துரைக்கப்பட்ட மகோன்னதக் கருத்துக்களால் வயப்பட்டிருக்கும் அவர் தம்மையும் அறியாமலே தமது வாழ்க்கையின் கடந்த காலத்தையும் நிகழ்காலத்தையும் பகுத்தாராய முற்படுகிறார். கடந்த காலம் அவருக்கு வேதனை தருவதாய் இருக்கிறது, அதைப் பற்றிச் சிந்திக்காமல் இருப்பதே உத்தமமென நினைக்கிறார். நிகழ்காலமும் இந்தக் கடந்த காலத்தைப் போன்றதாகவே இருக்கிறது. பூமியின் குளிர்ந்து செல்லும் புரணியுடன் சேர்ந்து தமது சிந்தனைகள் சூரியனைச் சுற்றிச் சுழலும் இதே நேரத்தில், டாக்டரின் குடியிருப்பிலிருந்து சில தப்படிகள் தள்ளி அந்தப் பெரிய கட்டடத்தில் பலரும் நோயிலும் அழுக்கிலும் வதைவது அவருக்குத் தெரியும். இதே தருணத்தில் பேனையும் பூச்சியையும் எதிர்த்துப் போராடியவாறு தூங்காமல் படுத்திருப்போர் இருக்கலாம், வேறொருவர் இதே கணத்தில் அக்கியின் தொத்துக்கு இலக்காகியிருக்கலாம், அல்லது காயத்தின் மீது கட்டப்பட்டிருக்கும் துணி இறுகி அழுத்துவது

பொறுக்கமுடியாமல் முனகிக் கொண்டிருக்கலாம். நோயாளிகளில் சிலர் நர்சுகளுடன் சீட்டாடிக் கொண்டும், வோத்கா குடித்துக் கொண்டும் இருக்கலாம். சென்ற ஆண்டில் பன்னிரண்டு ஆயிரம் ஆடவரும் பெண்டிரும் ஏமாற்றப்பட்டனர். இருபது ஆண்டுகளுக்கு முன்பு எப்படியோ அதேபோலவே இன்றும் மருத்துவமனை வாழ்க்கை அனைத்தும் திருட்டையும், சண்டை சச்சரவையும், வம்பையும் பாரபட்சத்தையும், வெட்கக்கேடான ஏமாற்றையும் அடிப்படையாய்க் கொண்டிருக்கிறது. இன்றும் இந்த மருத்துவமனை ஒழுக்கக்கேடு மலிந்த படுமோசமான நிலையமாகவே இருக்கிறது; நகரவாசிகளின் ஆரோக்கியத்துக்குத் தீங்கிழைக்கிறது. ஆறாவது வார்டின் கம்பித் தடுப்புகளுக்குப் பின்னால் நோயாளிகளை நிகித்தா மொத்துவதும், மோசஸ் நாள்தோறும் தெருக்களில் சென்று பிச்சை கேட்பதும் ஆந்திரேய் எபீமிச்சுக்குத் தெரிந்ததுதான்.

அதேபோது மருத்துவ விஞ்ஞானம் கடந்த இருபத்தைந்து ஆண்டுகளில் வியத்தகு வளர்ச்சி கண்டிருக்கிறது என்பதையும் அவர் அறிவார். இரசவாதத்துக்கும் இயக்க மறுப்பியலுக்கும் ஏற்பட்ட அதே கதிதான் மருத்துவத்துக்கும் ஏற்படும் என்பதாய்ப் பல்கலைக்கழகத்தில் படிக்கையில் அவருக்குத் தோன்றிற்று; ஆனால் இப்போது, அவரது இரவு நேரப் புத்தகப் படிப்பின்போது, இதே மருத்துவம் அவரை ஆட்கொண்டுவிடுகிறது, வியப்பையும் ஆனந்தக்களிப்பு எனத் தக்கதான வித்தை உணர்வையும் அவருள் சுடர்விட்டெழச் செய்கிறது. என்னென்பது சிறிதும் எதிர்பாராத அந்தச் சுடரொளியை! எப்படிப்பட்ட புரட்சி அது! மாபெரும் பிரகோவும் [பிரகோவ், நிக்கலாய் இவானவிச் *(1810 - 1881)* - ருஷ்ய அறுவை சிகிச்சையாளர், உடற் கூற்றியலாளர், போர்க்கள அறுவை சிகிச்சையின் நிறுவகர்.] கூட எக்காலத்திலும் சாத்தியமன்று என்பதாய்க் கருதிய அறுவைகள் இன்று செய்யப்படுகின்றன, கிருமிநாசினிகள் இதைச் சாத்தியமாக்கியிருக்கின்றன. முழங்கால் முட்டினைச் சீவிச் சரிசெய்து பொருத்தச் சாதாரண டாக்டர்களுங்கூட இன்று அஞ்சுவதில்லை; வயிற்று அறுவை செய்யப்படுவோரில் நூற்றில் ஒருவரே உயிரிழக்கிறார்; ஈரல் கல் சொல்வதற்குக்கூடத் தகுதியற்ற அளவுக்கு அற்பமானதாய்க் கருதப்படுகிறது. மேகநோய் அடியோடு குணப்படுத்தப்பட்டுவிடுகிறது. பிறகு மரபுவழித் தத்துவம், மனோவசியம், பாஸ்ச்சரின், [பாஸ்ச்சர் *(Pasteur)*, லூயி *(1822 - 1895)* - புகழ்பெற்ற பிரெஞ்சு நாட்டு உயிரியலாளர், இரசாயன விஞ்ஞானி.] கோஹின் [கோஹ் *(Koch)*, ராபர்ட் *(1843 - 1910)* - பாக்டீரிய இயல் துறையில் ஆராய்ச்சி செய்த ஜெர்மன்

விஞ்ஞானி.] கண்டுபிடிப்புகள், உடல்நல வழி, புள்ளியியல், நமது ருஷ்ய சேம்ஸ்த்வோ மருத்துவ நிலையங்கள் ஆகியவை எல்லாம் இருக்கின்றன!

உளமருத்துவம், நவீன முறையிலான நோய் வகைப் பிரிவினை, நோய் நிர்ணயத்துக்கும் சிகிச்சைக்குமான முறைகள் ஆகிய இவையாவும் கடந்தகால நிலையுடன் ஒப்பிடுகையில் மலைச் சிகரம் போல் உயர்வாய் இருக்கின்றன. உளநோயாளிகள் முன்பு போல் குளிர்ந்த நீரில் முக்கப்படுவதும் இல்லை, இடுக்கும் கவசத்தினுள் இடப்படுவதும் இல்லை, மனிதப் பிறவிகளாய்க் கருதப்பட்டு அதற்கேற்ற முறையில் சிகிச்சை அளிக்கப்படுகிறார்கள்; இனிய பொழுதுபோக்கு வேண்டுமென்று இவர்களுக்காக நாடகங்களும் நடனவிருந்துகளும் ஏற்பாடு செய்யப்படுவதாய்ப் பத்திரிகைகளில் படிக்கிறோம். தற்காலக் கருத்துக்களின், ரசனைகளின் சூழலில் ஆறாவது வார்டைப் போன்ற ஒரு பயங்கரம் ரயில் நிலையத்திலிருந்து இருநூறு கிலோமீட்டர் தொலைவிலுள்ள ஒரு நகரில் மட்டுமே, நகர மேயரும் நகராண்மைக் கழக உறுப்பினர்களும் கல்வி கேள்வியில் வளர்ச்சியற்றோராய் இருந்து, டாக்டரை - ஈயத்தை உருக்கி நோயாளியின் வாயில் ஊற்றும் டாக்டரையுங்கூட - மறுபேச்சின்றி உடனே நம்பவேண்டிய மாபெரும் மகானாய்க் கொண்டுவிடும் ஓர் ஊரில் மட்டுமே இருக்க முடியும்; வேறு எந்த இடமாயினும் பொதுமக்கள் அபிப்பிராயமும் பத்திரிகைகளும் நெடுங்காலத்துக்கு முன்பே இந்தக் குட்டி பாஸ்டிலைத் தகர்த்துத் தரை மட்டமாக்கியிருக்கும் - இதெல்லாம் ஆந்திரேய் எபீமிச்சுக்குத் தெரிந்ததுதான்.

“ஆனால் பலன் என்ன?” என்று, கண்களை விரியத் திறந்து கொண்டு தம்மைத்தாமே கேட்டுக்கொள்கிறார் ஆந்திரேய் எபீமிச். “இவை யாவற்றாலும் கிட்டியிருக்கும் பலன் என்ன? கிருமிநாசினி மருந்துகளையும் கோஹையும் பாஸ்ச்சரையும் தொடர்ந்து சாராம்சத்தில் மாற்றம் எதுவும் ஏற்பட்டுவிடவில்லை. மரண விகிதமும் நோயும் எப்போதும் இருந்த நிலையில்தான் இருந்து வருகின்றன. நாடகங்களும் நடன விருந்துகளும் உளநோயாளிகளுக்காக ஏற்பாடு செய்யப்படுகின்றன, ஆனால் இந்நோயாளிகள் விடுதலை பெற்று வெளியே வர முடியவில்லையே ஆகவே எல்லாம் வெற்றுப் பேச்சு, வீண் பெருமை - அவ்வளவுதான். சாராம்சத்தில் சிறந்த வியன்னா சிகிச்சை நிலையத்துக்கும் எனது மருத்துவமனைக்கும் எந்த வேறுபாடும் இல்லை.”

இருந்தபோதிலும் துயரமும் பொறாமை போன்றதான ஓர் உணர்ச்சியும் அவரைக் கருத்தற்றவராய், பாராமுகமாய் இருக்க விடாமல் தடுக்கின்றன. அவர் களைத்து ஓய்ந்து போயிருப்பதே அவரது இந்த உணர்ச்சிக்குக் காரணமோ, என்னவோ? கனத்துப் போய்விட்ட தமது தலையைப் புத்தகத்தின் மீது சாய்த்துக் கொண்டு, வசதியாய் இருக்கும் பொருட்டுக் கன்னத்துக்கு அடியில் கைகளை வைத்துத் தாங்கிக் கொண்டு சிந்தனை செய்கிறார்:

"நான் தீய கைங்கரியத்தில் ஈடுபட்டு வருகிறேன், யாரிடமிருந்து எனது சம்பளத்தைப் பெற்றுக்கொள்கிறேனோ அவர்களை ஏமாற்றி வருகிறேன், நேர்மையில்லாதவன் நான். ஆனால் நான் தூசி போன்றவன், தவிர்க்க முடியாத சமுதாயக் கேட்டில் ஒரு சிறு துளியே நான். மாவட்ட அதிகாரிகள் எல்லோருமே தீயவர்கள்தான், வேலையின்றி சம்பளம் பெறுகிறவர்கள்தான்... ஆகவே எனது நேர்மையின்மைக்குக் காரணம் இந்தச் சகாப்தமே அன்றி நானல்ல... இன்னும் இருநூறு ஆண்டுகள் கழித்து நான் பிறப்பேனாயின் வேறு வகையான ஆளாய் இருப்பேன்."

மூன்று மணி அடிக்கும்போது விளக்கை அணைத்துவிட்டு அவர் தமது படுக்கை அறைக்குச் செல்கிறார். கொஞ்சங்கூட அவர் தூங்குகிற நிலையில் இல்லை.

8

இரண்டொரு ஆண்டுகளுக்கு முன்பு சேம்ஸ்த்வோ திடுமெனத் தயாள சிந்தை கொண்டு, சேம்ஸ்த்வோ மருத்துவமனை ஒன்று திறக்கப்படும் காலம் வரையில் ஊரில் ஏற்கெனவே இருந்து வரும் மருத்துவமனையின் மருத்துவ ஊழியர்கள் அதிகரிக்கப்படுவதற்காக ஆண்டுதோறும் முன்னூறு ரூபிள் உதவுவதெனத் தீர்மானித்தது. ஆந்திரேய் எபீமிச்சுக்கு உதவியாய் வேலை செய்வதற்கு மாவட்ட டாக்டரான எவ்கேனி பேதரோவிச் ஹோபத்தவை நகராண்மைக் கழகம் நியமித்தது. இந்தப் புதிய டாக்டர் முப்பது வயதுக்கும் குறைந்தவரான இளைஞர், உயரமானவர், பழுப்பு நிறத்தவர், அகன்ற தாடைகளும் சிறு கண்களுமுடையவர், அவரது முன்னோர் ருஷ்யரல்லாத இனத்தோராய் இருந்திருக்க வேண்டும். கையில் கப்பேக் காசின்றி ஒரு சிறு பெட்டியுடன், தமது சமையற்காரி என்பதாய் அவர் சொல்லிக் கொண்ட அழகில்லாத ஓர் இளம் பெண்ணையும் அழைத்துக் கொண்டு எங்கள் நகருக்கு வந்து சேர்ந்தார். இந்த இளம் பெண்ணிடம் ஒரு கைக்குழந்தை இருந்தது. எவ்கேனி பேதரோவிச் முகப்பு முனை கொண்ட தொப்பியும் நெடிய பூட்சும் போட்டுக்கொள்கிறார், குளிர்காலத்தில் தோல் கோட்டு அணிந்துகொள்கிறார். மருத்துவ உதவியாளரான சேர்கேய் செர்கேயிச்சுக்கும் பணக் கணக்கருக்கும் விரைவில் அவர் நண்பராகிவிட்டார், ஆனால் எதனாலோ அவர் ஏனைய அதிகாரிகளைப் பிரபுக்குலத்தோர் என்பதாய்க் குறிப்பிட்டு அவர்களிடமிருந்து தூர விலகிச்

செல்கிறார். வீட்டில் அவரிடம் இருக்கும் புத்தகம் ஒன்றே ஒன்றுதான் - வியென்னா சிகிச்சை நிலையத்தின் 1881-ஆம் ஆண்டுக்கான புதிய மருந்துக் குறிப்புகள் என்பது மட்டும்தான். நோயாளியைப் பார்க்கச் செல்லும் போது தவறாமல் இந்தப் புத்தகத்தை எடுத்துச் செல்கிறார். அந்திப்பொழுதில் மன்றத்தில் பிலியர்ட்ஸ் ஆடுகிறார்; சீட்டாட்டம் அவருக்குப் பிடிப்பதில்லை. 'கண்டதே காட்சி கொண்டதே கோலம்', 'வாழப் பிறந்தவன் வதைபடலாமா' - இவை போன்ற தொடர்களை அடிக்கடி தமது பேச்சில் கையாண்டு மகிழ்கிறார்.

வாரம் இருமுறை மருத்துவமனைக்குச் சென்று வார்டுகளைச் சுற்றிப் பார்க்கிறார், வெளியிலிருந்து சிகிச்சைக்கு வருவோருக்கு மருந்து எழுதிக் கொடுக்கிறார். மருத்துவமனையில் கிருமிநாசினி மருந்துகள் இல்லை, ஆனால் குருதி உறிஞ்சும் குமிழ்கள் ஏராளமாய் இருக்கின்றன என்பதைக் காணும்போது அவருக்கு ஆத்திரம் வருகிறது, ஆனால் ஆந்திரேய் எபீமிச்சைப் பகைத்துக்கொள்ளும்படி ஆகிவிடுமோ என்று பயந்து அவர் புது முறைகள் எவற்றையும் புகுத்தாமல் இருக்கிறார். தமது சகாவான ஆந்திரேய் எபீமிச் ஒரு பெரிய மோசடிக்காரரர் என்று உறுதியாய் நம்புகிறார், அவரிடம் நிறைய பணம் இருப்பதாய் நினைத்துக் கொண்டு உள்ளுக்குள் அவர் மீது பொறாமை கொண்டிருக்கிறார். அவருடைய இடத்தில் அமர்ந்துகொள்ள முடியுமாயின் மகிழ்ச்சியோடு அதைச் செய்யக் கூடியவர் இந்த எவ்கேனி பேதரோவிச்.

9

வசந்த பருவத்தில் மார்ச் மாத முடிவில் ஒரு நாள் மாலை, தரையிலிருந்து வெண்பனி மறைந்து போய், மருத்துவமனைத் தோப்பினுள் மைனாக் குருவிக் குஞ்சுகள் பாட்டிசைத்துக் கொண்டிருந்தபோது டாக்டர் தமது நண்பரான அஞ்சலகத் தலைவரை வழியனுப்பி வைப்பதற்காக வாயில்வழிக்கு வந்தார். யூத இனத்தவனாகிய மோசஸ் வழக்கம்போல் தெருக்களில் சுற்றிவிட்டு அப்பொழுதுதான் மருத்துவமனை முற்றத்துக்குள் நுழைந்தான். அவன் தலையில் குல்லாய் இல்லை, வெறுங்காலில் புதைமிதி மேலுறையை மாட்டிக் கொண்டு நடந்தான், கையில் ஒரு சிறு பை வைத்திருந்தான், அவன் பிச்சையெடுத்துச் சேர்த்தவை யாவும் அதனுள் இருந்தன.

"ஒரு கப்பேக் காசு போடுங்களேன்!" என்று குளிரில் நடுங்கியவாறு, ஆனால் புன்சிரிப்பு சிரித்துக் கொண்டு, டாக்டரிடம் கேட்டான் அவன்.

மறுக்கத் தெரியாதவரான ஆந்திரேய் எபீமிச் பத்துக் கப்பேக் காசை எடுத்து அவனிடம் கொடுத்தார்.

"என்ன அநியாயம்!" என்று, அந்த ஆளின் வெறுங்கால்களையும் சிவந்துபோன மெல்லிய கணுக்களையும் பார்த்தபடி நினைத்துக் கொண்டார் அவர். "இந்த ஈரத்திலும் குளிரிலும் இப்படிப் போகிறானே!"

பரிதாபமும் அருவருப்பும் கலந்த உணர்ச்சியால் உந்தப்பட்டு, அவனது வழுக்கைத் தலையையும்

கணுக்கால்களையும் பார்த்தவாறு, அவனைப் பின்தொடர்ந்து சென்று தனிக்கட்டினுள் நுழைந்தார் அவர். டாக்டர் உள்ளே வரக் கண்ட நிகித்தா கந்தல் குவியலிலிருந்து குதித்து விரைப்பாய் நேரே நின்றான்.

"நிகித்தா, வந்தனம் உனக்கு!" என்று தமது இதமான குரலில் கூறினார் ஆந்திரேய் எபீமிச். "இந்த யூதருக்கு பூட்சாவது, மிதியடியாவது ஏதாவது கொடுத்தால் நன்றாயிருக்குமே. இந்த ஆளுக்குச் சளிப்பு அல்லவா பிடித்துக்கொள்ளும்?"

"அப்படியே செய்கிறேன், மாண்புடையீர்! மேலாளரிடம் போய்ச் சொல்கிறேன்."

"போய்ச் சொல்லு நீ! என் சார்பில் சொல்லு, நான் கொடுக்கச் சொன்னேன் என்று சொல்லு."

நடையிலிருந்து வார்டுக்குள் செல்வதற்குரிய கதவு திறந்திருந்தது. இவான் திமீத்ரிச் முன்கையின் மீது சாய்ந்து கட்டிலில் படுத்துக் கொண்டு, தமக்குப் பழக்கமில்லாத புதுக் குரலாய் ஒலித்த அந்தக் குரலை பரபரப்போடு காது கொடுத்துக் கேட்டார். வந்திருப்பது டாக்டர் என்று திடுமென அடையாளம் தெரிந்தது. ஆத்திரத்தால் குலுங்கியவாறு தாவி எழுந்தார் அவர்; முகம் கொதிப்புற்றுச் செக்கச்சிவந்து போக, விழிகள் இரண்டும் பிதுங்கிக் கொண்டு தெரிய அறையின் நடுமையத்துக்கு ஓடினார்.

"டாக்டர் வந்திருக்கிறார்!" என்று கூவி வாய்விட்டுச் சிரித்தார். "இவ்வளவு காலத்துக்குப் பிறகு முடிவில் இப்போது வந்திருக்கிறார்! கனவான்களே, நீங்கள் பாக்கியசாலிகள், வாழ்த்துகிறேன் உங்களை! டாக்டர் நம்மீது கருணை கொண்டு இங்கே எழுந்தருளியிருக்கிறார்!... திருட்டுத் தடியர்!" என்று கூச்சலிட்டு வார்டினுள் இதன் முன் யாரும் கண்டிராத ஆவேசத்தோடு பாதத்தால் தரையைத் தட்டினார். "தடியரைக் கொல்ல வேண்டும்! இல்லை, கொல்லுவது இவருக்கு இரக்கம் காட்டுவதாகிவிடும்! இழுத்துச் சென்று கக்கூஸ் அறைக்குள் தள்ளுங்கள்!"

ஆந்திரேய் எபீமிச் தலையை உள்ளே நுழைத்து எட்டிப் பார்த்தபடி அமைதியாய் வினவினார்:

"எதற்காக?"

"எதற்காகவா?" என்று கூச்சலிட்டுக் கத்தியவாறு டாக்டரை எரித்து விடுவதுபோல வெறிக்கப் பார்த்துக் கொண்டு அவரை

நோக்கி நடந்தார் இவான் திமீத்ரிச். வலிப்பு வந்தாற் போல வெடுக்கெனத் தமது அங்கியின் வார் முனைகளைத் தம் மீது இழுத்து விட்டுக் கொண்டார். "எதற்காக? நீர் ஒரு திருடர்!" என்று அடங்காத வெறுப்பை வெளியிட்டு இரைந்தார், காறித்துப்பப் போகிறவரைப் போல் உதடுகளைப் பிதுக்கிக் கொண்டார். "வேடதாரி! கொலைகாரர்!"

"அமைதி குலைய வேண்டாம்!" என்று புன்னகை புரிந்தவாறு கூறினார் ஆந்திரேய் எபீமிச். "என் வாழ்நாளில் நான் எதையும் திருடியதில்லை, ஏனையவற்றைப் பொறுத்தவரை நீங்கள் அளவு மீறி மிகைப்படுத்துகிறீர்கள் என்றே சொல்ல வேண்டும். என் மீது ஆத்திரப்படுகிறீர்கள் என்பது தெரிகிறது. அமைதியாய்ப் பேச முயலுங்கள். உங்களுக்கு ஏன் இந்த ஆத்திரம்? கொதிப்புற்றுச் சீறி விழாமல் சொல்லுங்கள்."

"என்னை ஏன் இங்கே வைத்திருக்கிறீர்?"

"நீங்கள் நோயுற்றவராய் இருக்கிறீர்கள், அதனால்தான்."

"ஆம், நான் நோயுற்றவன்தான். ஆனால் நூற்றுக்கணக்கான பைத்தியக்காரர்கள் சுதந்திர மனிதர்களாய் வெளியே இருந்து கொண்டிருக்கிறார்கள், சித்த சுவாதீனமுள்ளவர்களிடமிருந்து இவர்களை வேறுபடுத்தி இனங்கண்டுகொள்ளத் தெரியாத மூடர்களாய் இருக்கிறீர்கள் நீங்கள். இந்த ஒரே காரணத்தால் இவர்கள் சுதந்திரமாய் வெளியே இருக்கிறார்கள். பிறகு ஏன் நானும் பரிதாபத்துக்குரிய இவர்களும் இங்கே கிடந்து அழிய வேண்டுமாம்? ஏனையோர் செய்யும் குற்றங்களுக்காக எங்களைப் பலிக் கிடாக்கள் ஆக்குகிறீர்களே ஏன்? இங்குள்ள எங்களைவிட நீரும் உமது உதவியாளரும் மருத்துவமனை மேலாளரும் மற்றுமுள்ள அசட்டுக் கும்பல் அனைத்துமே ஒழுக்க நெறியில் படு மட்டமானவர்கள். பிறகு ஏன் நீங்கள் அங்கே இருக்க, நாங்கள் இங்கே இருக்க வேண்டும்? இது என்ன தர்க்க நியாயம்?"

"ஒழுக்க நெறி, தர்க்க நியாயம் இவற்றுக்கு இங்கே எந்த வேலையும் இல்லை. யாவும் சந்தர்ப்ப வசத்தைப் பொறுத்தவையாகும். இங்கு கொண்டுவந்து விடப்படுகிறவர்கள் இங்கே இருந்து வருகிறார்கள், கொண்டுவரப் படாதவர்கள் சுதந்திர மனிதர்களாய் வெளியே இருக்கிறார்கள் - அவ்வளவுதான். நீங்கள் உளநோயாளியாகவும் நான் டாக்டராகவும் இருப்பதில் ஒழுக்க

நெறிக்கோ, தர்க்க நியாயத்துக்கோ இடமில்லை, முற்றிலும் சந்தர்ப்ப வசத்தால் நிகழ்ந்தது இது."

"அபத்தம், இதை என்னால் புரிந்துகொள்ள முடியவில்லை" என்று தளர்ந்து மெலிந்த குரலில் கூறி இவான் திமீத்ரிச் தமது கட்டிலின் ஓரத்தில் உட்கார்ந்தார்.

மோசஸ் - டாக்டர் முன்னிலையில் நிகித்தா அவனைச் சோதனையிடத் துணியவில்லை - தனது ரொட்டித் துண்டுகளையும் காகிதங்களையும் எலும்புகளையும் தன்னுடைய கட்டிலில் பரப்பி வைத்துக் கொண்டு, இன்னும் குளிரில் நடுங்கியபடி நீட்டி இழுத்துத் தனக்குத்தானே வேகமாய் யூத மொழியில் பேசிக்கொள்ள ஆரம்பித்தான் - தான் கடை திறந்துவிட்டதாய் நினைத்துக் கொண்டான் போலும்.

"என்னை வெளியே விட்டுவிடுங்கள்!" என்றார் இவான் திமீத்ரிச் கரகரக்கும் குரலில்.

"என்னால் விட முடியாதே."

"ஏன் முடியாது? ஏனாம்?"

"ஏனென்றால் எனக்கு அதைச் செய்ய அதிகாரமில்லை. உங்களை நான் வெளியே விடுவதால் உங்களுக்கு என்ன நன்மை என்று ஆலோசித்துப் பாருங்கள். நான் உங்களை வெளியே விடுவதாய் வைத்துக்கொள்வோம், நகர மக்களோ போலீசாரோ உங்களைப் பிடித்துத் திரும்பவும் இங்கு கொண்டுவந்து சேர்ப்பிக்கப் போகிறார்கள், அவ்வளவுதானே?"

"ஆமாம், ஆமாம், அது சரிதான்" என்று இவான் திமீத்ரிச் தமது நெற்றியைத் தடவிக் கொண்டார். "பயங்கர நிலைமை! நான் என்னதான் செய்யலாம்? என்ன செய்யலாம் - அதைச் சொல்லுங்களேன்!"

அவருடைய குரலும், அவர் கோணலாய் நெளித்துக் கொண்டுங்கூட அறிவு தீட்சண்யமுடன் விளங்கிய அவரது இளவட்ட முகமும் ஆந்திரேய் எபீமிச்சின் உள்ளத்தைக் கவர்ந்தன. இந்த இளைஞருடன் அன்பாய்ப் பேசி அவரைச் சாந்தப்படுத்த விரும்பினார் அவர். கட்டிலில் அவருக்கு அருகே அமர்ந்து சற்று நேரம் சிந்தித்தப் பின் அவர் கூறினார்:

"நீங்கள் என்ன செய்யலாம் என்றா கேட்கிறீர்கள்? இங்கிருந்து ஓடிவிடுவதுதான் சாலச் சிறந்தது. ஆனால் துரதிருஷ்டவசமாய் அதனால் பயன் ஏதும் இல்லை. உங்களைப் பிடித்து மீண்டும் அடைத்து விடுவார்கள். குற்றமிழைப்போரிடமிருந்தும் உளநோயாளிகளிடமிருந்தும் சங்கடமான ஏனைய பலரிடமிருந்தும் சமுதாயம் தன்னைப் பாதுகாத்துக்கொள்ள முற்படுகையில் அது வெல்லற்கரிய வலிமை பெற்று விடுகிறது. உங்களுக்கு இருக்கும் வழி ஒன்றே ஒன்றுதான்: நீங்கள் இங்கே இருக்க வேண்டியது அவசியம் என்பதை உணர்ந்து இவ்வுண்மைக்கு உங்களை இணக்குவித்துக் கொள்ளுங்கள்."

"யாருக்கும் நன்மையில்லை அதனால்."

"சிறைக்கூடங்கள், பைத்தியக்காரர் பாதுகாப்பு விடுதிகள் போன்றவை இருப்பதால், இவற்றில் அடைக்கப்படுவதற்குரிய ஆட்களும் இருந்தாக வேண்டும். உங்களை இல்லாவிட்டால், என்னை அடைத்தாக வேண்டும்; என்னை இல்லாவிட்டால் இன்னொருவரை அடைத்தாக வேண்டும். நீங்கள் காத்திருங்கள் - நெடுங்காலம் கழித்துப் பிறக்கப்போகும் வருங்காலத்தில் சிறைக்கூடங்களோ, பைத்தியக்காரர் பாதுகாப்பு விடுதிகளோ இல்லாமற் போய்விடும்; கம்பித் தடுப்புகளிட்ட சன்னல்களோ, மருத்துவமனை அங்கிகளோ இல்லாத காலமாய் இருக்கும் அது. இப்படி ஒரு காலம் முன்னதாகவோ பின்னதாகவோ நிச்சயம் வரவே போகிறது."

இவான் திமீத்ரிச் ஏளனச் சிரிப்பு சிரித்துக் கொண்டார்.

"வேடிக்கைப் பேச்சு பேசுகிறீர்கள்" என்று கண்களைச் சுளித்துக் கொண்டார் அவர். "உம்மையும் உமக்கு உதவி புரியும் இந்த நிகித்தாவையும் போன்றோருக்கு வருங்காலத்தில் வேலை இருக்காது. இந்த நல்ல காலம் வரத்தான் போகிறது. ஐயன்மீர், இதில் சந்தேகம் இல்லை! நான் சொல்வது பழஞ் சரக்காய் இருக்கலாம். உங்களுக்குச் சிரிப்பு வரலாம், ஆனால் புது வாழ்வு அதன் முழுப் பிரகாசத்தோடு உதித்தெழவே போகிறது, வாய்மை வெல்லவே போகிறது - எங்களுக்கும் காலம் வரப் போகிறது கொண்டாடுவதற்கு! நான் இருக்க மாட்டேன். அதற்குள் மடிந்துவிடுவேன், ஆனால் ஏனையோரது கொள்ளுப் பேரப் பிள்ளைகள் இருப்பார்கள், கொண்டாடுவார்கள். அவர்களுக்கு எனது உள்ளம் நிறைந்த வாழ்த்துக்கள்! அவர்களை நினைத்து நான்

ஆனந்தப்படுகிறேன்! முன்னேறுங்கள்! நண்பர்களே, ஆண்டவன் உங்களுக்கு அருள் புரிவாராக!"

கண்கள் பளிச்சிட்டு மின்ன இவான் திமீத்ரிச் எழுந்து நின்று சன்னல்களை நோக்கிக் கரங்களை நீட்டிக் கிளர்ச்சியுற்ற குரலில் தொடர்ந்து முழங்கிச் சென்றார்:

"இந்தக் கம்பி அடைப்புகளுக்குப் பின்னாலிருந்து உங்களுக்கு ஆசி கூறுகிறேன்! வாழ்க வாய்மை! ஆனந்தமே ஆனந்தம்?"

"ஆனந்தப்படுவதற்குக் காரணம் இருப்பதாய்த் தெரியவில்லை எனக்கு" என்றார் ஆந்திரேய் எபீமிச். ஆனந்தக் களிப்பு கொண்டு இவான் திமீத்ரிச் முழங்கியது நாடக பாணியில் இருப்பதாய்க் கருதினார் என்றாலும், அதற்காக அவர் மீது முன்னிலும் அதிகமாய்ப் பிரியமே கொண்டார். "சிறைக்கூடங்களும் பைத்தியக்காரர் விடுதிகளும் இல்லாதொழிந்துவிடும், நீங்கள் ஆர்வத்துடன் கூறியது போல் வாய்மை வெற்றிவாகை சூடும், ஆயினும் சாராம்சத்தில் மாற்றம் ஏற்பட்டுவிடாது, இயற்கையின் விதிகள் மாற்றமின்றி அப்படியேதான் இருக்கும். இன்று போலவே அன்றும் மக்கள் நோய் வாய்ப்படுவார்கள், மூப்படைவார்கள், மடிந்து போவார்கள். எவ்வளவுதான் அந்த உதயக் காலம் உங்கள் வாழ்க்கையை ஒளிமயமாக்கிய போதிலும் முடிவில் நீங்கள் சவப் பெட்டியினுள் அடைக்கப்பட்டுக் குழி தோண்டிப் புதைக்கப்பட்டே ஆக வேண்டும்."

"இறவாமை என்பதாய் ஒன்று உண்டு அல்லவா?"

"அதெல்லாம் அபத்தம்!"

"உங்களுக்கு அதில் நம்பிக்கை இல்லை, ஆனால் எனக்கு நம்பிக்கை இருக்கிறது. தாஸ்தயேவ்ஸ்கி [தாஸ்தயேவ்ஸ்கி, ஃபியோதர் மிகாய்லொவிச் (1821 - 1881) - தலைசிறந்த ருஷ்ய எழுத்தாளர்.] - அல்லது வால்த்தேராகவும் [வால்த்தேர் (Voltaire) பிரான்சுவா மரீ (1694 - 1778) - புகழ்வாய்ந்த பிரெஞ்சு எழுத்தாளர், தத்துவஞானி.] இருக்கலாம் - கூறினார், தெய்வம் இல்லாவிட்டாலுங்கூட மனிதர்கள் நிச்சயம் ஒரு தெய்வத்தைக் கண்டுபிடித்துக் கொண்டிருப்பார்கள் என்று. இறவாமை என்பதாய் எதுவும் இல்லாமற்போயினும், முன்னதாகவோ பின்னதாகவோ மாபெரும் மனித மனம் அதைக் கண்டுபிடித்துக் கொண்டுவிடும் என்பதுதான் எனது திடமான நம்பிக்கை."

“நன்றாய்ச் சொன்னீர்கள்!’ என்று மகிழ்ச்சிப் பூரிப்புற்றுக் கூவினார் ஆந்திரேய் எபீமிச். “நீங்கள் நம்பிக்கை கொண்டிருக்கிறீர்கள், இது மகிழ்ச்சிக்குரியது. உங்களைப்போல் நம்பிக்கை கொண்டவர் எவரும் நான்கு சுவர்களுக்குள் அடைப்பட்டுக் கிடக்கும் போதுகூட இன்பமாய் இருக்க முடியும். நீங்கள் படித்தவர், இல்லையா?”

“ஆமாம், பல்கலைக்கழகத்தில் படித்தேன், ஆனால் பட்டம் பெறவில்லை.”

“நீங்கள் சிந்திக்கத் தெரிந்தவர். எப்படிப்பட்ட சூழ்நிலையிலும் உங்களுடைய சிந்தனைகளின் வாயிலாய் நீங்கள் மன நிறைவு பெற முடியும். சுதந்திரமான ஆழ்ந்த சிந்தனையின் மூலம் வாழ்க்கையை முழு அளவில் புரிந்துகொள்ள முயலுதல், உலகின் அசட்டுச் சந்தடியையும் பரபரப்பையும் வெறுத்து ஒதுக்குதல் - இவை மனிதகுலம் அறிந்தவையாவற்றையும்விட சிறப்பான பேறுகள். உலகிலுள்ள கம்பியடைப்பிட்ட சன்னல்கள் யாவற்றையும் மீறி நீங்கள் இவற்றைப் பெற முடியும். தியகேனஸ் [தியகேனஸ் - பண்டைக் கிரேக்கத் தத்துவஞானி. கி.மு.ஏறத்தாழ 404-லிருந்து 232 வரை இருந்தவர்.] ஒரு பீப்பாயினுள் வசித்தார், ஆயினும் அவர் நாடாளும் வேந்தர்களைக் காட்டிலும் இன்பமுற்றார்.”

“உங்களுடைய தியகேனஸ் ஒரு முட்டாள்” என்றார் இவான் திமீத்ரிச், கடுப்புடன். “தியகேனசைப் பற்றியும் எதையோ புரிந்துகொள்வது பற்றியும் என்னிடம் ஏன் சொல்கிறீர்?” என்று கூறித் திடுமெனக் கோபாவேசம் கொண்டு குதித்தெழுந்து நின்றார். “நான் வாழ்க்கையை நேசிக்கிறேன், ஆவேசமாய் நேசிக்கிறேன்! நான் அடக்குமுறை அச்சப் பிணியால் அல்லலுறுகிறேன், ஓயாமல் படுத்தி வைக்கும் அச்சங்களால் சித்திரவதை செய்யப்படுகிறேன், ஆயினும் வாழ்க்கையை வாழ வேண்டுமென்ற தாகம் என்னைப் பற்றிக் கொண்டுவிடும் தருணங்களும் உண்டு, பைத்தியமாகி விடுவோமோ என்று அத்தருணங்களில் அஞ்சுகிறேன். வாழ விரும்புகிறேன் நான், வாழ விரும்புகிறேன்!”

அவருக்கு ஏற்பட்ட பரபரப்பில் அறையின் குறுக்கே நடந்தார், பிறகு குரலைத் தணித்துக் கொண்டு கூறினார்:

“என் கனவுகளில் பேய்கள் என்னிடம் வருகின்றன. பலரும் என்னைப் பார்ப்பதற்காக வருகிறார்கள்; குரல்களும் இசையும் ஒலிக்கக் கேட்கிறேன்; நான் எங்கோ காட்டிலோ, கடற்கரையிலோ இருப்பதாய் நினைக்கிறேன்; சந்தடியும் ஆரவாரமும் வேண்டுமென

விரும்புகிறேன், கவலைகளும் விசாரங்களும் வேண்டுமென ஏங்குகிறேன்... வெளியே என்ன நடைபெறுகிறது, சொல்லுங்கள் என்று திடுமெனப் பேச்சை நிறுத்திவிட்டு வினவினார். "வெளியுலகில் நடைபெறுவது என்ன?"

"எதைப்பற்றிச் சொல்ல வேண்டும் என்கிறீர்கள் - நமது நகரைப் பற்றியா, அல்லது பொதுவில் உலகைப் பற்றியா?"

"முதலில் நகரைப் பற்றிச் சொல்லுங்கள், பிறகு உலகைப் பற்றிச் சொல்லலாம்."

"என்ன இருக்கிறது, சொல்வதற்கு? நகரில் சோர்வையும் வேதனையையும் தவிர ஒன்றுமில்லை... இவருடன் பேசுவோம், அல்லது இவர் என்ன சொல்கிறார் கேட்போம் என்று நினைப்பதற்கு நகரில் தக்க ஆள் யாருமே இல்லை. புதியவர் எவரும் இல்லை. ஆனால் அண்மையில் ஓர் இளம் டாக்டரை, ஹோபத்தவ் என்று பெயர், நம்மிடம் அனுப்பி வைத்திருக்கிறார்கள்."

"ஆமாம், எனக்குத் தெரியும். அந்த ஆள் வந்ததைப் பார்த்தேன் நான். ஆள் எப்படி? கில்லாடிதானே?"

"பண்பாட்டில் உயர்ந்த ஆளாய்ச் சொல்வதற்கில்லை, வினோதமான ஆள்தான்... நம் காதுக்கு எட்டுவதைக் கொண்டு பார்க்கையில், நமது நகரங்களில் தேக்கம் ஏற்பட்டுவிடவில்லை. அறிவுத்துறை செயற்பாடு இருக்கவே செய்கிறது, ஆகவே அங்கே மெய்யான ஆட்கள் இருக்கவே வேண்டும், ஆனால் ஏனோ நமக்கு அனுப்பி வைக்கப்படுகிறவர்கள் தரமானவர்களாய் இருப்பதில்லை. துரதிருஷ்டம் வாய்ந்த நகரம்!"

"ஆம், துரதிருஷ்டம் வாய்ந்ததுதான்!" என்று பெருமூச்செறிந்து விட்டுச் சிரித்துக் கொண்டார் இவான் திமீத்ரிச். "உலகம் எப்படி இருக்கிறது? செய்தியேடுகளிலும் பத்திரிகைகளிலும் என்ன எழுதுகிறார்கள்?"

இதற்குள் வார்டினுள் இருட்டாகிவிட்டது. டாக்டர் எழுந்து நின்று வெளிநாடுகளிலும் ருஷ்யாவிலும் பத்திரிகைகள் என்ன எழுதுகின்றன, தற்காலச் சிந்தனையின் போக்கு எப்படி இருக்கிறது என்று இவான் திமீத்ரிச்சிடம் கூறினார். இடையில் எப்போதாவது கேள்வி எழுப்பியபடி இவான் திமீத்ரிச் கவனமாய்க் கேட்டுக் கொண்டிருந்தார். அப்போது திடுமென ஏதோ பயங்கர சம்பவம் நினைவுக்கு வந்துவிட்டது போல் கைகளால் தலையை அழுத்திப்

பிடித்து, டாக்டரின் பக்கம் முதுகைத் திருப்பிக் கொண்டு கட்டிலில் படுத்து விட்டார்.

"உடம்பு சரியில்லையா, என்ன?"

"உங்களுடன் இனி நான் ஒரு வார்த்தைகூடப் பேச மாட்டேன்" என்று ஆத்திரமாய்ச் சொன்னார் இவான் திமீத்ரிச். "இங்கே நிற்காதீர்கள், போய் விடுங்கள்?"

"ஏன், என்ன ஆயிற்று?"

"போய்விடும் என்கிறேன்! சனியனே, போய்த் தொலையும்!"

நெடுமூச்சுவிட்டுத் தோள்களை உலுக்கியவாறு வார்டை விட்டு வெளியேறினார் ஆந்திரேய் எபீமிச். நடையைக் கடந்து செல்லும்போது சொன்னார் அவர்:

"நிகித்தா, இந்த இடத்தைக் கொஞ்சம் சுத்தம் செய்தால் நன்றாயிருக்கும்... நாற்றம் சகிக்கவில்லை?"

"அப்படியே செய்கிறேன், மாண்புடையீர்!"

"மனத்துக்கு இனிய இளைஞர்" என்று நினைத்தவாறு வீட்டுக்குத் திரும்பினார் ஆந்திரேய் எபீமிச். "இத்தனை ஆண்டுகளுக்குப் பிற்பாடு விரும்பிப் பேசத்தக்கவராய் எனக்குக் கிடைத்திருக்கும் முதலாவது மனிதர். அறிவுடையவர், எவை பிரதானமோ அவற்றில் அக்கறை கொண்டவராய் இருக்கிறார்."

அன்று இரவு படித்துக் கொண்டு உட்கார்ந்திருந்தபோதும், பிறகு படுக்கையில் படுத்திருந்தபோதும் இவான் திமீத்ரிச்சைப் பற்றிதான் அவர் சிந்தித்துக் கொண்டிருந்தார். மறுநாள் காலையில் விழித்தெழுந்ததும், நுண்ணறிவு கொண்ட சுவையான ஒருவரைத் தெரிந்துகொள்ள நேர்ந்ததை நினைத்துக் கொண்டார். தமக்குக் கிடைக்கும் முதலாவது சந்தர்ப்பத்திலேயே மீண்டும் இவரிடம் சென்று பேசுவதெனத் தீர்மானம் செய்து கொண்டார்.

ரா. கிருஷ்ணய்யா

10

இவான் திமீத்ரிச் முந்திய நாளன்று படுத்த அதே நிலையில், கைகளால் நெற்றிப் பொட்டுகளை அழுத்திக் கொண்டு, முழங்கால்களை இழுத்து மடக்கிக் கொண்டு கட்டிலில் படுத்திருந்தார். அவரது முகம் சுவரைப் பார்க்கத் திரும்பியிருந்தது.

"என் நண்பதே, எப்படி இருக்கிறீர்கள்?" என்று கேட்டார் ஆந்திரேய் எபீமிச். "தூங்கிக் கொண்டா இருக்கிறீர்கள்?"

"முதலாவதாக, நான் உமது நண்பரல்ல" என்று தமது தலையணைக்குள் முனகிக் கொண்டார் இவான் திமீத்ரிச். "இரண்டாவதாக, உமது முயற்சி வீண் முயற்சி, உம்முடன் நான் ஒரு வார்த்தைகூடப் பேசப்போவதில்லை."

"என்ன விபரீதம்..." என்று ஓரளவு கலக்கமுற்றவராய் முணுமுணுத்துக் கொண்டார் ஆந்திரேய் எபீமிச். "நேற்று நாம் இருவரும் எவ்வளவு நன்றாய்ப் பேசிக் கொண்டிருந்தோம், ஏனோ திடுதிப்பென்று கோபங்கொண்டு நீங்கள் பேச மறுத்து விட்டீர்கள்... ஒரு வேளை நான் எக்கச்சக்கமாய் ஏதாவது சொல்லியிருக்க வேண்டும், அல்லது உங்கள் கருத்துக்களுக்கு ஒவ்வாதவாறு ஏதாவது பேசியிருக்க வேண்டும்..."

"உங்கள் பேச்சை நான் நம்புவேன் என்றா நினைக்கிறீர்கள்?" என்று கேட்டு இவான் திமீத்ரிச் எழுந்து உட்கார்ந்து, ஏளனமும் கலவரமும் ஒருங்கே அவரது பார்வையில் வெளிப்பட டாக்டரை உற்றுப்

பார்த்தார்; அவரது கண்ணிமைகள் சிவந்திருந்தன. "உமது உளவு வேலையையும் புலன் விசாரணையையும் வேறு எங்காவது போய்ச் செய்யும், இங்கே வேகாது உமது பருப்பு. நேற்று இங்கே எதற்காக வந்தீர் என்பதை நான் புரிந்து கொண்டுவிட்டேன்."

"வேடிக்கையாய் இருக்கிறதே இது!" என்று நகைத்துக் கொண்டார் டாக்டர். "நீங்கள் என்னை உளவாளியென நினைப்பதாகவா சொல்கிறீர்கள்?"

"ஆம், அப்படித்தான்... உளவாளி, அல்லது என்னைக் கண்காணிப்பதற்காக வந்திருக்கும் டாக்டர் - இரண்டும் ஒன்றுதான்!"

"சரிதான், நீங்கள் - என்னை மன்னிக்க வேண்டும் - நீங்கள் விபரீத ஆளாய் அல்லவா இருக்கிறீர்கள்!"

கட்டிலுக்குப் பக்கத்தில் முக்காலியில் உட்கார்ந்து கொண்டு, இது சரியல்ல என்று உணர்த்தும் தோரணையில் தலையை அசைத்துக் கொண்டார் டாக்டர்.

"சரி, நீங்கள் நினைப்பது உண்மையே என்பதாய் வைத்துக்கொள்வோம்" என்றார். "உங்களைப் போலீசாரிடம் காட்டிக் கொடுப்பதற்காக உங்கள் வாயைக் கிண்டி எதையோ தெரிந்துகொள்ள முயலுகிறேன் என்பதாகவே வைத்துக்கொள்வோம். நீங்கள் கைது செய்யப்படுவீர்கள், உங்கள் மீது வழக்கு தொடரப்படும். நீதிமன்றத்தில் நிறுத்தப்படுவதாலோ, சிறைக்கூடத்தில் தள்ளப்படுவதாலோ உங்களுடைய நிலைமை இப்போது இருப்பதைக் காட்டிலும் மோசமாகிவிடும் என்றா நினைக்கிறீர்கள்? நீங்கள் தண்டிக்கப்பட்டுக் கடத்தப்பட்டால், அல்லது கடுங்காவல் தண்டனை விதிக்கப்பட்டாலுங்கூட, அது இந்தத் தனிக்கட்டில் அடைந்து கிடப்பதைக் காட்டிலும் மோசமாய் இருக்குமென்றா கருதுகிறீர்கள்? அப்படி இருக்குமென நான் நினைக்கவில்லை. ஆகவே எதற்காக நீங்கள் பயப்பட வேண்டும்?"

டாக்டரின் சொற்கள் இவான் திமீத்ரிச்சுக்கு ஆறுதல் அளித்தன போலும், அவர் சாந்தமடைந்தவராய்த் தோன்றினார்.

பிற்பகல் நான்கு மணிக்கு மேல் இருக்கும்; ஆந்திரேய் எபீமிச் அவரது அறையில் வழக்கம்போல் அங்குமிங்கும் நடந்து கொண்டிருக்க, தாரியா அவரிடம் வந்து பீர் குடிக்க நேரமாகவில்லையா என்று விசாரிக்கும் நேரம் அது. அமைதியாகவும் பளிச்சென்றும் இருந்தது மாலைப்பொழுது.

"மதிய உணவுக்குப் பிற்பாடு உலாவுவதற்காகக் கிளம்பினேன். உங்களைப் பார்த்துவிட்டுப் போகலாமென்று இங்கே வந்தேன்" என்றார் டாக்டர். "நல்ல வசந்த பருவ மாலைப்பொழுது."

"இது என்ன மாதம்? மார்ச்சா?"

"ஆம், மார்ச்சின் கடைப்பகுதி."

"வெளியே ஈரமும் சேறுமாகவா இருக்கிறது?"

"இல்லை, ஈரம் அதிகமில்லை. தோட்டப் பாதைகள் காய்ந்துவிட்டன."

"இம்மாதிரியான நாளில் வண்டியிலே நகருக்கு வெளியே போய் வந்தால் இனிமையாய் இருக்கும்," என்று சொல்லி, அப்பொழுதுதான் தூங்கியெழுந்து வந்தவரைப் போல் தமது செவ்வளையமிட்ட கண்களைத் தேய்த்துக் கொண்டார் இவான் திமீத்ரிச். "பிறகு வீட்டுக்கு, வசதியான, கதகதப்பான அறைக்குத் திரும்பி வர வேண்டும்... நல்ல டாக்டர் ஒருவரிடம் என்னுடைய தலைவலிக்குச் சிகிச்சை பெற வேண்டும்... மனிதப் பிறவியாய் நான் வாழ்ந்து எவ்வளவோ காலமாகிறது. இங்கே ஒரே ஆபாசமாய் இருக்கிறது! சகிக்க முடியாத ஆபாசம்!"

முந்திய நாளின் உணர்ச்சித் துடிப்பால் அவர் களைத்துப் போயிருந்தார், பேசுவதற்கு விருப்பமில்லாதவர் போல் சிரமப்பட்டுப் பேசினார். அவரது விரல்கள் ஆடின, தலைவலி தாங்க முடியவில்லை என்பது அவரது முகத்தைப் பார்த்ததுமே தெரிந்தது.

"வசதியான, கதகதப்பான அறைக்கும் இந்த வார்டுக்கும் பெரிய வித்தியாசம் ஒன்றும் இல்லை" என்றார் ஆந்திரேய் எபீமிச் "சாந்தியையும் நிறைவையும் மனிதர்கள் தம் அகத்துள் தேடிக்கொள்ள வேண்டுமே ஒழிய, புறத்தே தேடிப் பயனில்லை."

"நீங்கள் சொல்வதன் அர்த்தம் என்ன?"

"சாதாரண ஆள் நல்லதும் கெட்டதும் தனக்குப் புறத்தே இருப்பதாய் நினைத்து வண்டியிலோ, அறையிலோ இவற்றைத் தேடுகிறான்; சிந்தனையுள்ள மனிதன் இவை தன் அகத்திலே இருக்கக் காண்கிறான்."

"உங்களுடைய இந்தத் தத்துவஞானத்தைக் கிரேக்க நாட்டிலே போய்ப் பிரசாரம் செய்யுங்கள்; அங்கே எப்போதும் கதகதப்பாய் இருக்கிறது, காற்றிலே ஆரஞ்சு மொக்குகளின் மணம் வீசுகிறது -

ஆனால் இங்கே கடுங்குளிராயிருக்கும் நமது நிலைமைகளுக்கு இது சிறிதும் பொருந்தாது. தியகேனசைப் பற்றி நான் யாருடன் பேசிக் கொண்டிருந்தேன்? உங்களுடனா?"

"ஆம், நேற்று என்னுடன் பேசினீர்கள்."

"தியகேனசுக்கு வசதியான அறையோ, கதகதப்பான வசிப்பிடமோ வேண்டியதில்லை. இவை இல்லாமலே அவரால் கதகதப்பாய் இருக்க முடிந்தது. அவரது பீப்பாய்க்குள் அவர் ஆரஞ்சும் ஆலிவும் தின்று கொண்டு படுத்துக் கிடக்க முடிந்தது. ருஷ்யாவில் இருந்திருந்தாரானால் டிசம்பர் மாதத்தில் மட்டுமல்ல, மேயிலுங்கூட வீட்டிலே அறைக்குள் வசிக்க அனுமதிக்கும்படி அவர் மன்றாடியிருப்பார். குளிர் தாங்காமல் துடியாய்த் துடித்து விறைத்துப் போயிருப்பார்."

"அதெல்லாம் இல்லை. வேறு எந்த வலியையும் போலக் குளிரையும் மதியாது ஒதுக்கிவிட முடியும். 'வலி என்பது வலியைப் பற்றிய உயிர்த்துடிப்புள்ள ஓர் எண்ணமே ஆகும், உங்களுடைய மன வலிமையின் துணை கொண்டு நீங்கள் இந்த எண்ணத்தை மாற்றவும் விட்டொழிக்கவும் செய்யலாம், குறைபட்டுக்கொள்வதை நிறுத்திக் கொண்டுவிடலாம், வலி மறைந்து போகும்' என்று கூறினார் மார்க்கஸ் அவ்ரெலியஸ். [மார்க்கஸ் அவ்ரெலியஸ் (கி. பி.121 - 180) - ரோமானியப் பேரரசர், தத்துவஞானி. ஸ்தோயிக் (ஸ்தோயிக்குகள் - பண்டைக் கிரேக்கத் தத்துவவியலில் ஒரு போக்கினர், உணர்ச்சிகளை அடக்கியாளுவதன் அவசியத்தையும் துன்பத்தின் அவசியத்தையும் வலியுறுத்தினர்.) தத்துவத்தை ஆதரித்து வளர்த்து சென்றவர்.] அது முற்றிலும் உண்மை. துன்பத்தை மதியாது ஒதுக்குவதுதான் மகானுக்குள்ள, ஏன் சாதாரண சிந்தனைத் திறனுள்ள மனிதனுக்குமுள்ள தனிச் சிறப்பு. எப்போதும் இவன் மன நிறைவுடையவனாய் இருக்கிறான், இவனைத் திகைக்கச் செய்ய வல்லது எதுவும் இல்லை."

"அப்படியானால் நான் ஒரு மூடன்தான், ஏனெனில் நான் துன்பப்படுகிறேன், மன நிறைவின்றி வருந்துகிறேன், மனிதனது நீசத்தனம் எப்போதும் என்னைத் திகைக்கச் செய்கிறது."

"அது சரியல்ல. இன்னும் ஆழமாய் ஆலோசிப்பீர்களாயின், எவ்வளவுதான் அவை நம்மைக் கிளர்ச்சிகொள்ளச் செய்கிறவையாய் இருப்பினும் அவையாவும் அற்பமானவையே என்பதை நீங்கள்

உணர்ந்துகொள்வீர்கள். வாழ்க்கையைப் புரிந்துகொள்ள முயல வேண்டும், அது ஒன்றுதான் மெய்யான பேறு."

"புரிந்துகொள்ள முயல வேண்டுமாம்..." என்று முகத்தைச் சுளித்துக் கொண்டார் இவான் திமீத்ரிச். "புறம், அகம்... என்னை மன்னிக்க வேண்டும், இதெல்லாம் எனக்குத் தெரியாதவை. எனக்கு தெரிந்தது இதுதான்" என்று கோபமாய் டாக்டரைப் பார்த்தவாறு எழுந்து நின்று கொண்டு பேசினார்: "சூடான இரத்தத்தையும் நரம்புகளையும் கொண்டவனாய்க் கடவுள் என்னைப் படைத்திருக்கிறார் என்பதுதான் எனக்குத் தெரியும். ஆமாம்! இந்த உயிர்ப் பொருள் ஜீவ ஆற்றல் கொண்டதாய் இருக்குமாயின், இது உபத்திரவம் ஏற்படும்போது எதிர்வினை புரிந்தே ஆக வேண்டும். நான் எதிர்வினை புரியவே செய்கிறேன்! வலிக்கும் போது கண்ணீர் விட்டு, கூச்சலிட்டு எதிர்வினை புரிகிறேன்; நீசத்தனத்தை எதிர்படும் போது கோபாவேசம் கொண்டும், கயமையைக் காணும்போது அருவருப்பு கொண்டும் எதிர்வினை புரிகிறேன்.

என் கருத்துபடி இதுவேதான் வாழ்க்கை! உயிரமைப்பு எந்த அளவுக்குக் கீழ்நிலை அமைப்பாய் இருக்கிறதோ அந்த அளவுக்குக் கூர்மை குறைவான உணர்வுடையதாய் இருக்கிறது, உபத்திரவத்துக்கு அதன் எதிர்வினை பலவீனமாய் இருக்கிறது. எந்த அளவுக்கு உயிரமைப்பு வளர்ச்சி பெற்ற மேல்நிலை அமைப்பாய் இருக்கிறதோ அந்த அளவுக்கு எதார்த்தத்துக்கு அதன் எதிர்வினை கூர் உணர்வு கொண்டதாகவும் மும்முரமாகவும் இருக்கிறது, இது எப்படி உங்களுக்குத் தெரியாமல் போயிற்று? டாக்டராய் இருக்கும் ஒருவருக்கு இம்மாதிரியான சர்வசாதாரண உண்மைகள் தெரியாமற் போனது ஆச்சரியமல்லவா? மனிதனாய்ப் பிறந்தவன் துன்பத்தை மதியாது ஒதுக்கி, எப்போதும் மன நிறைவு கொண்டவனாய் இருப்பானாயின், எது குறித்தும் வியக்காதிருப்பானாயின், அவன் இம்மாதிரியான நிலைக்குச் சீரழிந்து விட்டவனாகவே இருக்க வேண்டும்" என்று சொல்லி அருகிலிருந்த பருத்த விவசாயியைச் சுட்டிக் காட்டினார் இவான் திமீத்ரிச். "இல்லையேல், துன்பத்தால் மரத்துப் போய்த் துன்பத்தை உணரும் திறனற்றவனாய் இருக்க வேண்டும், அதாவது நடைப் பிணமாய் இருக்க வேண்டும். என்னை மன்னியுங்கள், நான் மகானுமல்ல, தத்துவஞானியுமல்ல" என்று ஆத்திரமாய்க் கூறினார் அவர். "இவை எல்லாம் குறித்து எனக்குத் தெரியாது. வாதாடும் நிலையில் இல்லை நான்."

"அப்படிச் சொல்லாதீர்கள், நீங்கள் பிரமாதமாய் வாதாடுகிறீர்கள்."

"ஸ்தோயிக்குகளுடைய போதனையைத்தான் நீங்கள் புனைந்துரைத்துக் கேலிக்குரியதாக்குகிறீர்கள் இந்த ஸ்தோயிக்குகள் மிகவும் போற்றத்தக்கவர்கள், ஆனால் அவர்களுடைய போதனை இந்த இரண்டாயிரம் ஆண்டுகளாய் அப்படியே உறைந்து போய்ச் சலனமற்று நிற்கிறது, ஒரு அங்குலங்கூட முன்னேறவில்லை; அதனால் முன்னேறவும் முடியாது, ஏனெனில் அது நடைமுறைக்கு ஒவ்வாத, வாழ்க்கைக்கு முரணான போதனை. கற்பதிலும் பல்வேறு போதனைகளின் சுவைகளை அனுபவிப்பதிலும் தமது வாழ்நாளை ஈடுபடுத்திய ஒரு சிறுபான்மையோரிடம்தான் இது செல்வாக்கு பெற்றிருந்தது. பெரும்பான்மையோர் இதைப் புரிந்துகொள்ள முடியாதோராகவே இருந்தார்கள். செல்வங்களையும் வசதிகளையும் அலட்சியப்படுத்தாமல் இருக்க வேண்டும் என்று கூறும் ஒரு போதனையைப் பெரும்பான்மையோரால் புரிந்துகொள்ள முடியாது, ஏனெனில் பெரும்பான்மையோர் செல்வங்களையும் வசதிகளையும் அறியாதவர்கள்; துன்பத்தைப் பொருட்படுத்தாதிருப்பது என்பது இவர்களுக்கு வாழ்க்கையையே பொருட்படுத்தாதிருப்பதற்கே ஒப்பானது, ஏனெனில் மனிதனின் வாழ்வு அனைத்துமே பசி, குளிர், அல்லல், இழப்பு ஆகிய உணர்வுகளாலும் மரணத்தின் பால் ஹாம்லெட்டுக்கு [ஹாம்லெட் (Hamlet) - இதே பெயருள்ள ஷேக்ஸ்பியர் (Shakespeare) துன்பியல் நாடகத்தில் தலைமைப் பாத்திரம்.] இருந்தது போன்ற அச்சத்தாலும் ஆனதுதான். இந்த உணர்வுகளின் ஒட்டுமொத்தமே வாழ்க்கை. ஆகவே வாழ்க்கையை ஒரு பெருஞ் சுமையாகவும் வெறுப்புக்குரியதாகவும் கொள்ளலாமே தவிர, யாரும் அதை அலட்சியப்படுத்திவிட முடியாது. ஆகவே, நான் திரும்பவும் கூறுகிறேன், ஸ்தோயிக்குகளின் போதனைக்கு எதிர்காலம் இல்லை. போராடும் திறனும், வலியை உணரும் திறனும், உபத்திரவத்துக்கு எதிர்வினை புரியும் ஆற்றலும்தான் அனாதிக் காலந்தொட்டு இது நாள் வரையில் முன்னேற்றம் காண்பனவாய் இருந்துள்ளன..."

இவான் திமீத்ரிச் தமது சிந்தனையின் இழையோட்டத்தைத் திடுமெனத் தவற விட்டுவிட்டு எரிச்சலுடன் நெற்றியைத் தேய்த்துக் கொண்டார், அவருடைய பேச்சு தடைப்பட்டுவிட்டது.

"முக்கியமான ஒன்றைக் கூற விரும்பினேன், ஆனால் அது என் நினைவிலிருந்து தப்பியோடிவிட்டது" என்றார் அவர். "எதைப்

பற்றிப் பேசிக் கொண்டிருந்தேன்? ஆமாம்! நான் கூற விரும்பியது இதுதான்: ஸ்தோயிக்குகளில் ஒருவர் தமது உறவினர் ஒருவரைப் பாதுகாப்பதற்காகத் தம்மை அடிமையாய் விற்றுக் கொண்டார்.

ஆகவே இந்த ஸ்தோயிக் உபத்திரவத்துக்கு எதிர்வினை புரியவே செய்தார் என்பதைத் தெரிந்து கொள்ளுங்கள். இன்னொருவருக்காக வேண்டி தன்னையே மாய்த்துக்கொள்வது போன்ற மாண்புமிக்க உன்னதச் செயலைப் புரிகிறவர் ஆத்திரமடையவும் கருணை கொள்ளவும் கூடிய ஆத்மாவைப் பெற்றவராகவே இருக்க வேண்டும். எனக்குத் தெரிந்தவை யாவற்றையும் இந்தச் சிறைச்சாலையில் நான் மறந்து விட்டேன், அதனால்தான் ஏனைய உதாரணங்கள் எனக்கு நினைவில் இல்லை. ஏசுநாதரை எடுத்துக் கொள்ளுங்களேன்! அழுதும், சிரித்தும், துயருற்றும், ஆத்திரங் கொண்டும், துன்புற்றும்தான் அவர் உண்மை நிலவிரங்களுக்கு எதிர்வினை புரிந்தார். துன்பத்தை அவர் புன்னகை புரிந்து எதிர்கொள்ளவில்லை, சாவை அவர் மதியாது அலட்சியப்படுத்தவில்லை. கெத்சேமனே தோட்டத்தில் அவர் பிரார்த்தனை செய்தார், பாத்திரம் தம்மைவிட்டு நீங்கிப் போக வேண்டுமென்று."

இதைச் சொல்லி இவான் திமீத்ரிச் சிரித்துவிட்டு உட்கார்ந்து கொண்டார்.

"நீங்கள் சொல்வது சரி என்பதாகவே வைத்துக்கொள்வோம்; சாந்தியும் மன நிறைவும் மனிதனுக்குப் புறத்தே இருக்கவில்லை, அகத்திலேதான் இருக்கின்றன என்பதாய் வைத்துக்கொள்வோம்" என்றார் அவர். "துன்பத்தை அலட்சியப்படுத்துவதும் எதைக் கண்டும் வியக்காதிருப்பதும்தான் சரி என்பதாய் வைத்துக்கொள்வோம். ஆனால் நீங்கள் யார், இதைப் பிரச்சாரம் செய்வதற்கு? மகானா நீங்கள்? தத்துவஞானியா?"

"இல்லை, நான் தத்துவஞானி அல்ல. ஆனால் ஒவ்வொருவரும் இதைப் பிரச்சாரம் செய்வது அவசியம், ஏனென்றால் இது அறிவுக்கு இசைவானது."

"புரிந்துகொள்ளுதல், துன்பத்தை மதிக்காது அலட்சியம் செய்தல் முதலானவை குறித்து யாவும் அறிந்தவராய் நீங்கள் உங்களைப் பாவித்துக் கொள்கிறீர்களே, இது எப்படி என்று தெரிந்துகொள்ள விரும்புகிறேன் நான். எப்போதாவது நீங்கள் துன்பப்பட்டது உண்டா? துன்பம் எப்படியிருக்கும் என்பது குறித்து கடுகளவாவது

தெரியுமா உங்களுக்கு? இதைக் கேட்பதற்காக மன்னிக்க வேண்டும், பிள்ளைப் பிராயத்தில் நீங்கள் கசையடிபட்டது உண்டா?

"இல்லை, எனது பெற்றோர் அடித்தும் உதைத்தும் தண்டனையளிப்பது சரியல்ல என்று கருதியவர்கள்."

"ஆனால் எனது தந்தை ஈவிரக்கமின்றி எனக்குக் கசையடி கொடுப்பது வழக்கம். அவர் வன்முறையாளர், மூல வியாதியால் அவதியுற்ற ஓர் அதிகாரி, நீண்ட மூக்கும் மஞ்சள் கழுத்தும் கொண்டவர். அது இருக்கட்டும், உங்களைப் பற்றிப் பேசுவோம். உங்களது வாழ்வில் யாரும் சிறு விரலாலுங்கூட உங்களைத் தட்டியதில்லை, யாரும் உங்களை அச்சுறுத்தியதில்லை, ஒடுக்கியதில்லை. குதிரை போல் வலுவுடையவர் நீங்கள். உங்களது தந்தையாரின் பாதுகாப்பில் வளர்ந்து அவரது பணத்தைக் கொண்டு கல்வி பயின்றீர்கள், பிறகு வேலை ஏதும் இல்லாத இந்த உத்தியோகம் உங்களுக்குக் கிடைத்தது. இருபது ஆண்டுகளுக்கு மேலாய் நீங்கள் கதகதப்பும் விளக்கு வெளிச்சமும் நிறையப் பெற்றிருக்கும் குடியிருப்பில் இலவசமாய் வசித்து வருகிறீர்கள். வேலையாளும் வைத்திருக்கிறீர்கள், நீங்கள் பிரியப்படும்போது மட்டுமே வேலை செய்வதற்கான உரிமை பெற்றிருக்கிறீர்கள், வேலை செய்யாமல் சும்மாயிருப்பதற்கும் உங்களுக்கு உரிமை உண்டு. இயற்கையாகவே நீங்கள் சோம்பேறியாகவும் செயலின்றி ஒதுங்குபவராகவும் இருக்கும் சுபாவமுடையவர், ஆகவே தொல்லையையும் மிகுதியான ஆட்டத்தையும் அசைவையும் தவிர்த்துக் கொள்ளும்படியான முறையில் உங்கள் வாழ்க்கையை வகுத்துக்கொள்ள முயன்றுள்ளீர்கள். உங்கள் வேலைகளை எல்லாம் உங்கள் உதவியாளரிடமும் ஏனைய கசடர்களிடமும் விட்டுவிட்டு நீங்கள் அமைதியையும் கதகதப்பையும் அனுபவிக்கிறீர்கள்; பணம் சேர்க்கிறீர்கள்; புத்தகங்கள் படிக்கிறீர்கள்; எல்லாவகையான உன்னத அபத்தங்களிலும் உங்கள் மனதைத் திளைக்க வைத்து இன்பமுறுகிறீர்கள்; மற்றும்" டாக்டரின் சிவந்த மூக்கை இவான் திமீத்ரிச் சட்டென உற்று நோக்கியவாறு, "குடிக்கிறீர்கள்" என்றார். "சுருக்கமாய்ச் சொன்னால், வாழ்க்கையை நீங்கள் கண்டறிந்ததில்லை, அதைப்பற்றி உங்களுக்கு ஒன்றும் தெரியாது, உங்களுக்குத் தெரிந்ததெல்லாம் எதார்த்தத்தைப் பற்றிய தத்துவார்த்த ஞானம்தான். துன்பத்தை நீங்கள் மதியாது புறக்கணிக்கிறீர்கள், எதனாலும் உங்களுக்கு ஆச்சரியம் ஏற்படாதபடிப் பார்த்துக்கொள்கிறீர்கள் - இதற்கெல்லாம் காரணம் மிகவும் எளிது: உங்களுடைய

ஆடம்பரமான வெற்றுரைகள் யாவும், புறமும் அகமும், வாழ்க்கையையும் துன்பத்தையும் சாவையும் அலட்சியப்படுத்தலும், புரிந்துகொள்வதும், மெய்யான பேறுகளும் ஆகிய இந்தத் தத்துவஞானம் அனைத்தும் ருஷ்யச் சோம்பேறிக்கு ஏனைய எதைக் காட்டிலும் சாலப் பொருத்தமாய் அமைந்துவிடுகிறது. உதாரணமாய் ஒரு விவசாயி தனது மனைவியை அடித்து நொறுக்குவதை நீங்கள் பார்ப்பதாய்க் கொள்வோம். நாம் ஏன் இதில் தலையிட வேண்டும்? அவளை நன்றாகவே அடித்து நொறுக்கட்டும் அவன். எப்படியும் முன்னதாகவோ பின்னதாகவோ இருவரும் சாகப் போகிறவர்கள்தானே? அதோடு இந்த முரடன் இழிவு செய்வது தன்னைத் தானே அன்றி, தமது கொடுமைக்குப் பலியாகும் அவளை அல்ல. குடிப்பது அசட்டுத்தனமான, அசிங்கமான காரியம்தான், ஆனால் குடிப்பவர், குடிக்காதவர் ஆகிய எல்லோருமே சாகத்தானே வேண்டும்? பல் வலிக்கிறதென்று உங்களிடம் வருகிறாள் ஒரு பெண்... சரி, அதனால் என்ன? வலி என்பது ஒரு மாயை, வலியைப் பற்றிய நமது எண்ணமே அன்றி ஒன்றுமல்ல, தவிரவும் எந்த உபாதையும் இல்லாமல் வாழ முடியுமென நம்மில் யாராலும் எதிர்பார்க்க முடியாது, நாம் எல்லோருமே சாகத்தான் போகிறோம் - ஆகவே, பெண்ணே, நீ போய் உன் வேலையைப் பார், நான் அமைதி குலையாமல் சிந்திக்கவும் குடிக்கவும் வேண்டும். இளைஞன் ஒருவன் உங்களிடம் வந்து ஆலோசனை கேட்கிறான்; தான் செய்ய வேண்டியது என்ன, எப்படி வாழ்வது என்று தெரிந்து கொள்ள விரும்புகிறான் அவன். இந்த இளைஞனுக்குப் பதில் சொல்லுமுன் வேறு யாராயிருப்பினும் சிறிது ஆலோசிக்க விரும்புவார், ஆனால் நீங்கள் உங்களது பதிலை ஏற்கெனவே தயாராய் விரல் நுனியில் வைத்திருக்கிறீர்கள்: வாழ்க்கையைப் புரிந்துகொள்ள, அல்லது மெய்யான பேறு பெற முயலுங்கள். இந்த மாயமான 'மெய்யான பேறு' என்பது என்ன? இதற்குவிடை ஏதுமில்லை. நாங்கள் இங்கே கம்பித் தடுப்புகளுக்குள் அடைக்கப்பட்டு மொத்தப்படுகிறோம், வதைந்து நாசமாகும்படி விடப்பட்டிருக்கிறோம் - ஆயினும் இதெல்லாம் நல்லதுதான், அறிவுக்கு உகந்ததுதான், ஏனெனில் இந்த வார்டில் இருப்பதற்கும் கதகதப்பான, வசதியான அறையில் இருப்பதற்கும் எந்த வித்தியாசமும் இல்லை. இது மிகவும் வசதியான தத்துவஞானம்தான்! யாரும் எதுவும் செய்வதற்கில்லை, உங்கள் மனம் களங்கமற்றுத் தெளிவாய் இருக்கிறது, மெய்யான ஞானியாய் நீங்கள் உங்களைப் பாவித்துக்கொள்ள முடிகிறது... இல்லை, ஐயா! இதெல்லாம் தத்துவஞானமல்ல, சிந்தனையல்ல,

விசாலமான பார்வையுமல்ல; வெறும் சோம்பேறித்தனமே ஆகும், ஆண்டியின் மாய்மாலமே ஆகும், மனமயக்கமே ஆகும்... ஆம், இதுதான் உண்மை!" என்று மீண்டும் ஆவேசமடைந்து கூவினார் இவான் திமீத்ரிச். "துன்பத்தை மதியாது அலட்சியம் செய்கிறவர் நீர், ஆனால் உமது சிறுவிரல் கதவுக்கு இடுக்கில் அகப்பட்டு நசுக்கப்படுமானால், தொண்டை கிழிய உச்சக் குரலில் கத்துவீர்!"

"நான் கத்தாமலும் இருக்கலாமே" என்று மெல்லச் சிரித்தவாறு சொன்னார் ஆந்திரேய் எபீமிச்.

"இருப்பீர், இருப்பீர்! திடீரென முடக்குவாதத்தால் பீடிக்கப்படுவீரானால், அல்லது யாராவது ஒரு முட்டாளோ முரடனோ அவனது உயர் பதவியையும் சமூக அந்தஸ்தையும் பயன்படுத்தி எல்லோருக்கும் முன்னால் உம்மை அவமானம் செய்வானாயின், அவன் தண்டனை பெறாமல் தப்பித்துக் கொண்டு விடுவான் என்பது உமக்குத் தெரிந்திருக்குமாயின், வாழ்க்கையைப் புரிந்துகொள்ளும்படியும் மெய்யான பேறுகள் பெறும்படியும் ஏனையோருக்கு நீர் கூறும் இந்தப் புத்திமதி எப்படிப்பட்டது என்பதும் உமக்கு விளங்கும்."

"நீங்கள் சொல்வது மெய்யாகவே தனிச் சிறப்பு வாய்ந்ததாகும்" என்று கைகளைத் தேய்த்து மகிழ்ந்து சிரித்துக் கொண்டார் ஆந்திரேய் எபீமிச். "பொதுமைப் படுத்துவதில் தங்களுக்குள்ள அபாரத் திறமையைப் போற்றுகிறேன். நீங்கள் இப்போது எனது குணச்சித்திரத்தை விவரித்த முறை இருக்கிறதே, அது அதியற்புதமானது! உங்களுடன் பேசுவது அளவிலா ஆனந்தம் அளிக்கும் அனுபவமாகும். நல்லது, நீங்கள் சொன்னது பூராவையும் கேட்டுக் கொண்டிருந்தேன், இனி நான் சொல்வதை நீங்கள் தயவு செய்து கேட்க வேண்டும்..."

11

ஏறத்தாழ ஒரு மணி நேரத்துக்கு இருவரும் பேசிக் கொண்டிருந்தனர். இந்த உரையாடலால் ஆந்திரேய் எபீமிச் வெகுவாய் வயப்பட்டுவிட்டார் என்பது தெரிந்தது. தினமும் தவறாமல் இப்போது அவர் தனிக்கட்டுக்கு வந்து சென்றார். காலைப்பொழுதிலும் பிறகு மதிய உணவுக்குப் பிற்பாடும் அவர் அங்கே செல்வார், இவான் திமீத்ரிச்சுடன் அங்கே அவர் பேசிக் கொண்டு உட்கார்ந்திருக்கையில் அடிக்கடி பொழுது சாய்ந்து இருட்டிவிடும். ஆரம்பத்தில் இவான் திமீத்ரிச் அவரிடமிருந்து கடுப்புடன் விலகித் தொலைவிலேதான் இருந்தார், கெட்ட எண்ணத்துடன் தம்முடன் பேசுகிறார் என்று அவர் மீது சந்தேகம் கொண்டு, அவர்பால் தமக்குள்ள வெறுப்பை பகிரங்கமாகவே தெரியப்படுத்தினார். ஆனால் விரைவில் அவரிடம் பழக்கம் கொண்டவராகியதும் தமது கடுகடுப்பான குரலை மாற்றிக் கொண்டு, இரக்கமும் உயர்வு நவிற்சியும் கலந்த முறையில் பேச முற்பட்டார்.

ஆந்திரேய் எபீமிச் ஆறாவது வார்டுக்குத் தவறாமல் போய் வருகிறார் என்ற பேச்சு சீக்கிரத்தில் மருத்துவமனை முழுதும் பரவிவிட்டது. அவர் ஏன் அங்கே போய் வந்தார். மணிக்கணக்காய் ஏன் அங்கே தங்கினார், பேசுவதற்கு அங்கே அவருக்கு என்ன இருக்க முடியும், ஏன் அவர் மருந்து எழுதிக் கொடுக்கவில்லை என்பதெல்லாம் யாருக்கும் - அவரது உதவியாளருக்கோ, நிகித்தாவுக்கோ, நர்சுகளுக்கோ - விளங்கவில்லை. அவருடைய நடத்தை விபரீதமானதாய்த் தோன்றிற்று, எல்லோருக்கும். மிகயீல்

அவெரியானிச் வரும்போது அடிக்கடி இப்போது அவர் வீட்டில் இருப்பதில்லை. தாரியா ஒன்றும் புரியாமல் திகைத்துப் போனாள்; ஏனெனில் டாக்டர் பீர் குடிக்க வேண்டிய நேரத்தைத் தவறவிட்டு வந்தார், சில சமயம் இரவு சாப்பாட்டுங்கூடக் காலம் தாழ்த்தி வரலானார்.

ஜூன் முடிவில் ஒருநாள் டாக்டர் ஹோபத்தவ் ஏதோ வேலையாய் ஆந்திரேய் எபீமிச்சைப் பார்ப்பதற்காகச் சென்றிருந்தார், வீட்டில் இல்லாமற்போனதும் அவரைத் தேடிக் கொண்டு மருத்துவமனை முற்றத்துக்கு போனார். டாக்டர் உளநோய் வார்டிலே இருப்பதாய் அங்கிருந்தோர் சொன்னார்கள். தனிக்கட்டுக்குச் சென்று நடையிலே நின்ற ஹோபத்தவ், பின்வரும் உரையாடலைக் கேட்டார்.

“ஒருநாளும் நாம் ஒத்த கருத்துடையோராகப் போவதில்லை, உம்முடைய வழிக்கு எந்நாளும் நீர் என்னை மாற்ற முடியாது” என்று சிடுசிடுத்துக் கூறிக் கொண்டிருந்தார் இவான் திமீத்ரிச். “எதார்த்தத்தைப் பற்றி நீர் ஏதும் அறியாதவர், எந்நாளும் நீர் துன்பத்துக்கு ஆளானதில்லை, அட்டையைப் போல் ஏனையோரது துன்பங்களை உணவாய் உண்டு வாழ்ந்து வந்திருக்கிறீர். ஆனால் நான் பிறந்த நாள் முதலாய் துன்பத்தையன்றி ஏதும் அறியாதவன். ஆகவே ஒளிவுமறைவின்றி உம்மிடம் சொல்கிறேன்: உம்மைவிட நான் மேலானவன், எல்லாவிதத்திலும் அதிக தகுதி வாய்ந்தவன் என்பதுதான் என் கருத்து, எனக்கு நீர் போதிக்க வேண்டியதில்லை.”

“உங்களை மனம் மாறச் செய்ய வேண்டுமென நான் சிறிதும் நினைக்கவில்லை” என்று ஆந்திரேய் எபீமிச் தமது கருத்து தவறாய்ப் புரிந்து கொள்ளப்பட்டு விட்டதென வருந்துவது போல் துயரம் தொனிக்க அமைதியாய்ப் பதிலளித்தார். “நண்பரே, நம் முன்னுள்ள பிரச்சினை அதுவல்ல. நான் துன்பத்துக்கு ஆளாகாதவன், நீங்கள் பல துன்பங்களை அனுபவித்தவர் என்பதற்கும் நம்முன் உள்ள பிரச்சினைக்கும் எந்தச் சம்பந்தமும் இல்லை. துன்பம், இன்பம், இவை இரண்டுமே அநித்தியமானவை, இவற்றை நாம் உதாசீனம் செய்துவிடலாம், முக்கியமானவை அல்ல இவை. விவகாரம் என்னவெனில், நீங்களும் நானும் சிந்திக்கக் கூடியவர்கள்; சிந்திக்கவும் விவாதிக்கவும் கூடிய ஆட்களாய் இருக்கிறோம் என்பதை இருவரும் பார்க்கிறோம்; இதன் காரணமாய் நமக்கிடையே நெருக்கம் உண்டாகிறது, கருத்துக்களில் நாம் எவ்வளவுதான் வேறுபடினும் ஒருவர்பால் ஒருவர் நாட்டம் கொண்டிருக்கிறோம். எங்கும் மலிந்திருக்கும் மடமையையும் புன்மையையும் அசட்டுத்தனத்தையும்

கண்டு எப்படி நான் வேதனைப்படுகிறேன், அருமை நண்பரே, உங்களுடன் பேசும் ஒவ்வொரு சந்தர்ப்பத்திலும் எப்படி நான் ஆனந்தப்படுகிறேன், தெரியுமா? நீங்கள் நுண்ணறிவு கொண்டவர், அதனால்தான் உங்களுடைய சகவாசம் எனக்கு மகிழ்ச்சி தருகிறது.''

ஹோபத்தவ் கதவை இலேசாய்த் திறந்து வார்டினுள் உற்று நோக்கினார். இவான் திமீத்ரிச் குல்லாய் அணிந்து கட்டிலில் உட்கார்ந்திருந்தார், டாக்டர் அவருக்குப் பக்கத்தில் காணப்பட்டார். பைத்தியக்காரர் முகத்தைச் சுளித்துக் கொண்டும் ஓயாமல் வெடுக்கு வெடுக்கெனத் தமது அங்கியை மேலே இழுத்துச் சுற்றிக் கொண்டும் இருந்தார். டாக்டர் தலையைத் தொங்கவிட்டுக் கொண்டு, முகம் சிவந்து போய்த் திக்கற்றவராய்த் துயரம் தோய்ந்த நிலையில் அசையாமல் உட்கார்ந்திருந்தார். ஹோபத்தவ் தோள்களை உலுக்கிக் கொண்டு சிரித்தவாறு நிகித்தாவைப் பார்த்துக் கண் சிமிட்டினார். நிகித்தாவும் தோள்களை உலுக்கிக் கொண்டான்.

மறுநாள் ஹோபத்தவ் தம்முடன் மருத்துவ உதவியாளரையும் அழைத்து வந்தார். இருவரும் நடையில் நின்று உரையாடலைக் காது கொடுத்துக் கேட்டனர்.

``நமது கிழவருக்குப் பித்தம் தலைக்கு ஏறி விட்டது போலிருக்கே!'' என்றார் ஹோபத்தவ், இருவரும் தனிக் கட்டை விட்டகன்று வெளியே சென்றபோது.

``பாவிகளாகிய நம்மை ஆண்டவர் மன்னித்தருள வேண்டும்!'' என்று முனகினார் பக்திவாய்ந்தவரான செர்கேய் செர்கேயிச். தேய்த்துப் பளபளப்பாயிருந்த தமது பூட்சுகளில் சேறு படாதவாறு முற்றத்திலிருந்த சகதித் திட்டுகளிலிருந்து ஒதுங்கி எச்சரிக்கையுடன் நடந்தார் அவர். ``எனது அருமை எவ்கேனி பேதரோவிச், உண்மையை ஒளிக்காமல் உங்களிடம் சொல்கிறேன், நெடுநாளாய் நான் எதிர்பார்த்ததுதான் இது!''

12

இதற்குப் பிற்பாடு ஆந்திரேய் எபீமிச் தம்மைச் சுற்றிலும் மர்மமான மாற்றம் ஏற்பட்டு வந்ததை உணரலானார். மருத்துவமனைச் சிப்பந்திகளும் நர்சுகளும் நோயாளிகளும் அவரை விபரீதமாய் வினவும் முறையில் உற்றுப் பார்த்தனர், அவர் அப்பால் சென்றதும் தம்முள் குசுகுசுவென்று பேசிக் கொண்டனர். மருத்துவமனை மேலாளரின் மகளான சிறுமி மாஷாவை முன்பெல்லாம் மருத்துவமனைத் தோட்டத்தில் சந்திக்கையில் அவர் மட்டற்ற மகிழ்ச்சியடைவது வழக்கம்; இப்போது அவர் அவளுடைய தலைமுடியை வருடுவதற்காகச் சிரித்துக் கொண்டு நெருங்கியதும் ஏனோ அவள் அங்கிருந்து ஓட்டமாய் ஓடினாள். அஞ்சலகத் தலைவர் மிகயீல் அவெரியானிச் முன்பு போல் அவர் பேச்சைக் கேட்டு "முற்றிலும் உண்மை" என்று சொல்வதற்குப் பதில், எக்காரணமுமின்றிக் குழப்பமுற்றவராய் "ஆமாம், ஆமாம்" என்று முணுமுணுத்தவாறு சிந்தனையில் ஆழ்ந்த சோகத்துடன் அவரை உற்று நோக்கினார். என்ன காரணமோ தெரியவில்லை, அஞ்சலகத் தலைவர் பீர் குடிப்பதையும் வோத்கா குடிப்பதையும் நிறுத்திவிடும்படித் தம் நண்பருக்கு புத்திமதிகூற ஆரம்பித்தார். அவரது உயர்ந்த பண்பாட்டுக்கு ஏற்ப எப்போதும் சுற்றிவளைத்து மறைமுகமான குறிப்புகளின் மூலமே இதைக் கூறினார்; தமது படைப்பிரிவின் தளபதி எவ்வளவு அருமையான ஆள் என்றும், பிறகு படைப்பிரிவின் பாதியார் எவ்வளவு நல்லவர் என்றும்

சொல்லி, இருவரும் குடியால் தமது உடல்நலத்தை எப்படிக் கெடுத்துக் கொண்டார்கள், குடியை விட்டொழித்தது எப்படி முழு நலமடைந்தார்கள் என்றும் விளக்கிச் சொன்னார். ஆந்திரேய் எபீமிச்சை அவரது சக டாக்டரான ஹோபத்தவும் ஓரிரண்டு தரம் வந்து பார்த்துச் சென்றார்: அவரும் குடியை நிறுத்திவிடும்படி ஆந்திரேய் எபீமிச்சுக்கு ஆலோசனை கூறினார்; வெளிப்படையான காரணம் இல்லாமலே, பொட்டாஷியம் புரோமைடு சாப்பிடுவது நல்லது என்று சொன்னார்.

ஆகஸ்டு மாதத்தில் ஆந்திரேய் எபீமிச்சுக்கு நகர மேயரிடமிருந்து கடிதம் வந்தது, மிகவும் முக்கியமான ஒரு வேலை இருப்பதாகவும் டாக்டர் தம்மிடம் வர வேண்டுமென்றும் மேயர் எழுதியிருந்தார். ஆந்திரேய் எபீமிச் நகரமன்றக் கூடத்துக்குச் சென்றதும், அங்கே இராணுவ அதிகாரியும் மாவட்டப் பள்ளிக்கூட ஆய்வாளரும் நகராட்சி மன்ற உறுப்பினர் ஒருவரும் ஹோபத்தவும் பிற்பாடு டாக்டர் என்பதாய் அறிமுகம் செய்யப்பட்ட மென்னிற முடிகளையுடைய பருத்த மனிதர் ஒருவரும் கூடியிருக்க கண்டார். உச்சரிப்பதற்குக் கடினமான போலிஷ் பெயருடையவரான இந்த டாக்டர் முப்பது கிலோமீட்டருக்கு அப்பால் குதிரைப் பண்ணை ஒன்றில் வசித்து வந்தவர்: எங்கோ போகிற வழியில் இங்கே நகருக்கு வந்திருந்தார்.

"ஒருவிதத்தில் உங்களுடன் தொடர்பு கொண்ட ஒரு மனு எங்களுக்கு வந்திருக்கிறது" என்று, முகமன் கூறி முடித்து எல்லோரும் மேஜையைச் சுற்றிலும் அமர்ந்த பின், ஆந்திரேய் எபீமிச்சைப் பார்த்து நகராட்சிமன்ற உறுப்பினர் சொன்னார். "மருத்துவமனையின் பிரதான கட்டடத்தில் மருந்தகத்துக்குப் போதிய இடமில்லை, இதைப் பிரிவுகளில் ஒன்றுக்கு மாற்றிவிட வேண்டுமென்று எவ்கேனி பேதரோவிச் சொல்கிறார். இப்படி மாற்றுவது குறித்து நாங்கள் கவலைப்படவில்லை, ஆனால் இதற்காகப் பக்கப் பிரிவைப் பழுது பார்த்து ஒழுங்கு செய்தாக வேண்டுமே என்றுதான் கவலைப்படுகிறோம்."

"ஆம், பழுது பார்ப்பது மிகவும் அவசியமாகும்" என்று சொல்லி ஆந்திரேய் எபீமிச் சற்று நேரம் ஆலோசனை செய்தார். "மூலைப் பக்கப் பிரிவை மருந்தகத்துக்காக உபயோகிப்பதெனில்,குறைந்தது ஐந்நூறு ரூபிளாவது செலவிட வேண்டியிருக்குமென நினைக்கிறேன். ஆக்கவளமில்லாத செலவு..."

எல்லோரும் சிறிது நேரம் மௌனமாயிருந்தனர்.

“பத்து ஆண்டுகளுக்கு முன்பு இதை உங்களுக்குளடுத்துரைக்கும் வாய்ப்பு எனக்குக் கிட்டிற்று” என்று அமைதியாய் ஆந்திரேய் எபீமிச் கூறிச் சென்றார். “மருத்துவமனை அதன் தற்போதைய நிலையில் நமது நகரின் சக்திக்கு மீறிய வீண் ஆடம்பரமாகும் என்பதை குறிப்பிட்டிருந்தேன். நாற்பதாம் ஆண்டுகளில் இது கட்டப்பெற்றது, அந்த ஆண்டுகளில் நிலைமைகள் வேறு விதமாய் இருந்தன. வேண்டாத கட்டடங்களுக்காகவும் தேவையில்லாத நியமனங்களுக்காகவும் மிதமிஞ்சிய தொகைகள் செலவிடப்படுகின்றன. வேறுவிதமாய் நிர்வகிப்போமாயின், இதே பணத்தைக் கொண்டு முன்மாதிரியான இரண்டு மருத்துவமனைகள் அமைத்துக் கொண்டு விடலாமென நான் திடமாய்க் கூறுவேன்.”

“சரி, வேறுவிதமாய் நிர்வகிக்க முற்படுவோம்” என்று நகராட்சி மன்ற உறுப்பினர் ஆவலுடன் கூறினார்.

“எனது கருத்தை முன்பே எடுத்துரைக்கும் வாய்ப்பு கிட்டிற்று எனக்கு: மருத்துவ அமைப்பை சேம்ஸ்த்வோவே எடுத்து நடத்த வேண்டும்.”

“ஆமாம், நமது நிதிகளை எல்லாம் சேம்ஸ்த்வோவிடம் ஒப்படைத்து விடுவோம், பணத்தை அது களவாடி ஏப்பம் விடட்டும்” என்று சிரித்தவாறு கூறினார் மென்முடிகளையுடைய டாக்டர்.

“சரி, வழக்கம்போல் நடைபெறட்டும்” என்று சொல்லி நகராட்சி மன்ற உறுப்பினரும் சிரித்துக் கொண்டார்.

ஆந்திரேய் எபீமிச் வாட்டமுற்று ஒடுங்கிய தமது பார்வையை மென்னிற முடிகளையுடைய அந்த டாக்டரின் மீது பதித்துக் கூறினார்:

“நியாயக் குறைவாய் நாம் பேசலாகாது.”

மீண்டும் எல்லோரும் மௌனமாகிவிட்டனர். தேநீர் கொண்டுவரப்பட்டது. இராணுவ அதிகாரி எக்காரணத்தாலோ மிகவும் குழப்பமுற்றுப் போய் மேஜையின் குறுக்கே கையை நீட்டி ஆந்திரேய் எபீமிச்சின் கையைத் தொட்டார்.

“டாக்டர், நீங்கள் எங்களை எல்லாம் மறந்துவிட்டீர்களா, என்ன?” என்றார் அவர். ஆயினும் நீங்கள் துறவிபோல் வாழ்கிறவர்: சீட்டாடுவதில்லை, பெண்களிடம் உங்களுக்கு நாட்டமில்லை. எங்கள் எல்லோரையும் சுவையற்ற சகாக்களாய்க் கருதுகிறீர்கள்.”

நன்னெறியாளர் எவருக்கும் இந்நகர் எவ்வளவு சலிப்பூட்டுவதாய் இருக்கும் என்று ஒவ்வொருவரும் பேச முற்பட்டனர். நாடக மன்றங்கள் இல்லை, இசை இல்லை, மன்றத்தில் சென்றமுறை நடன விருந்து நடைபெற்ற போது இருபது பெண்கள் இருந்தார்கள், ஆனால் இவர்களுக்கு நடனக் கூட்டாளிகள் இரண்டே இரண்டு பேர்தான் இருந்தார்கள். இளைஞர்கள் நடனமாடுவதில்லை, சிற்றுண்டி இடத்தைச் சுற்றிக் கூட்டமாய் நிற்கவோ, சீட்டு ஆடவோதான் அவர்கள் அதிகமாய் விரும்புகிறார்கள். நிமிர்ந்து யாரையும் பார்க்காமல் ஆந்திரேய் எபீமிச் அவரது அமைதியான, சாவதானமான குரலில் பேச ஆரம்பித்தார். நகரவாசிகள் தமது சக்தியையும் ஆத்மாவையும் மனதையும் சீட்டாட்டத்திலும் வெற்றுப் பேச்சுக்களிலும் செலவிட்டு, சுவையான உரையாடலிலோ, படிப்பதிலோ நேரம் செலவிட முடியாதவர்களாகவும் விருப்பமில்லாதவர்களாகவும் இருக்கிறார்கள், மனத்தினால் கிட்டும் இன்பங்களைச் சுவைக்க மறுக்கிறார்கள், இது வருந்தத்தக்கது, மிகவும் வருந்தத்தக்கது என்றார் அவர். மனம் ஒன்றுதான் சுவை வாய்ந்தது, குறிப்பிடத்தக்கது, ஏனையவை யாவும் கேவலம் வாய்ந்தவை, அற்பமானவை. ஹோபத்தவ் தமது சக டாக்டர் கூறியவற்றை மிகவும் கவனமாய்க் கேட்டுக் கொண்டிருந்தார், பிறகு திடுமெனக் குறுக்கிட்டு அவரை ஒரு கேள்வி கேட்டார்:

"ஆந்திரேய் எபீமிச், இன்று தேதி என்ன?"

இதற்குப் பதில் கிடைத்ததும் ஹோபத்தவும் மென்னிற முடிகளையுடைய டாக்டரும் சேர்ந்து ஆந்திரேய் எபீமிச்சிடம் தொடர்ந்து கேள்விகள் கேட்டுச் சென்றனர். அன்று என்ன கிழமை, ஓராண்டில் இருக்கும் நாட்கள் எத்தனை, ஆறாவது வார்டில் அரும்பெரும் மகான் ஒருவர் இருப்பது மெய்தானா என்று கேட்டனர். தமது தகுதியின்மையை உணர்ந்த பரீட்சையாளர்களின் குரலாய் ஒலித்தது அவர்களது குரல்.

கடைசிக் கேள்விக்குப் பதிலளிக்கையில் ஆந்திரேய் எபீமிச்சுக்கு இலேசாய் முகம் சிவந்துவிட்டது. அவர் கூறினார்:

"ஆம், அவர் நோயுற்றவர்தான், ஆனால் மிகவும் சுவையானவர்."

அதற்கு மேல் கேள்விகள் கேட்கப்படவில்லை.

ஆந்திரேய் எபீமிச் கூடத்திலே தமது மேல் கோட்டை எடுத்து மாட்டிக் கொண்ட போது இராணுவ அதிகாரி அவரிடம் வந்து அவர் தோளில் தட்டிக் கொடுத்துப் பெருமூச்சு விட்டவாறு கூறினார்:

"கிழவர்களாகிவிட்ட நம் போன்றவர்கள் இனி ஓய்வு பெறுவது குறித்து ஆலோசிக்க முற்பட்டாக வேண்டும்."

நகரமன்றக் கூடத்தைவிட்டு வெளியே சென்ற போது ஆந்திரேய் எபீமிச் தமது சித்த சுவாதீனத்தைப் பரிசீலிப்பதற்காகக் கூட்டப்பெற்ற குழுதான் தம்மை இங்கு அழைத்து விசாரணை நடத்தியதென்பதை உணர்ந்து கொண்டார். தம்மிடம் கேட்கப்பட்ட கேள்விகளை நினைத்துப் பார்த்தபோது அவருக்கு முகம் செக்கச் சிவந்து போயிற்று, மருத்துவ விஞ்ஞானத்தின்பால் அவர் வாழ்வில் முதன்முதலாய் அவருக்குக் கசப்புணர்ச்சி கலந்த பரிதாபம் உண்டாயிற்று.

தம்மை இந்த டாக்டர்கள் பரிசோதித்த முறையை நினைத்துப் பார்த்த அவர் "அட தெய்வமே, இது ஏன் இப்படி?" என்று தம்முள் கூறிக் கொண்டார். "அண்மையில்தானே இவர்கள் உளமருத்துவத்தைப் பற்றித் தமக்கு நிகழ்த்தப் பெற்ற விரிவுரைகளை எல்லாம் கேட்டுவிட்டு, பிற்பாடு பரீட்சைகளையும் முடித்துவிட்டு வந்திருக்கிறார்கள் - பிறகு ஏன் இந்தப் படுமோசமான அறியாமை? உளமருத்துவம் குறித்து இவர்கள் ஏதும் அறியாதவர்களாய் அல்லவா இருக்கிறார்கள்!"

வாழ்விலே முதன்முதலாய் அவமான உணர்ச்சியும் ஆத்திரம் அவருள் பொங்கியெழுந்தன.

அதே நாளன்று அந்திப்பொழுதில் மிகயீல் அவெரியானிச் அவரைப் பார்ப்பதற்காக வந்திருந்தார். வணக்கமென்று சொல்ல நேரமில்லாமல் அஞ்சலகத் தலைவர் நேரே அவரிடம் சென்று அவரது இரு கைகளையும் பிடித்துக் கொண்டு உணர்ச்சிவயப்பட்ட குரலில் கூறினார்:

"எனது அருமை நண்பரே, உங்களிடம் எனக்குள்ள மெய்யான பாசத்தில் உங்களுக்கு நம்பிக்கை உண்டென்பதை, என்னை நண்பராய்ப் பாவிக்கிறீர்கள் என்பதை நீங்கள் எனக்கு நிரூபிக்க வேண்டும்... எனது அருமை நண்பரே!" ஆந்திரேய் எபீமிச்சைப் பேச விடாமல் தொடர்ந்து அவர் பரபரப்பாய்ப் பேசிச் சென்றார். "உங்களுடைய கல்வி ஞானத்துக்காகவும் உங்களுடைய ஆத்மார்த்திக உயர்நிலைக்காகவும் உங்களை நேசிக்கிறவன் நான். என் நண்பரே, நான் சொல்வதைக் கேளுங்கள். தொழில்முறை ஒழுக்கத்தால் கட்டுண்டு டாக்டர்கள் உண்மையை உங்களிடம் சொல்லாமல் மறைக்கிறார்கள், ஆனால் நான் பட்டாளத்து ஆள், உண்மையை

அப்படியே பச்சையாய்ச் சொல்கிறேன்: நீங்கள் நலமுடன் இல்லை! அருமை நண்பரே, என்னை மன்னிக்க வேண்டும், ஆனால் உண்மை அதுதான். உங்களைச் சுற்றி இருப்பவர்கள் சில காலமாகவே இதைக் கவனித்து வந்திருக்கிறார்கள். எவ்கேனி பேதரோவிச் இப்போதுதான் என்னிடம் சொல்லிக் கொண்டிருந்தார், உங்களுடைய உடல் நலனை முன்னிட்டு ஓய்வும் நிம்மதியும் உங்களுக்கு அவசியம் என்றார். முற்றிலும் உண்மை! சிறப்பானது! சில நாட்களில் நான் விடுமுறை பெற்றுப் புறப்படப் போகிறேன், நல்ல காற்றில் வாழ்ந்துவிட்டு வரலாமென்று இருக்கிறேன். நீங்கள் எனது நண்பரே என்பதை நிரூபித்துக் காட்டுங்கள் - என்னுடன் வாருங்கள்! இருவருமாய்ப் போய்ச் சுற்றிவிட்டு வருவோம், புத்திளமை பெறுவோம்!"

"நான் முழு நலமுடன்தான் இருக்கிறேன்" என்றார் ஆந்திரேய் எபீமிச், சிறிது நேர மௌனத்துக்குப் பிற்பாடு. "உங்களுடன் நான் வருவது சாத்தியமல்ல. உங்களிடம் எனக்குள்ள நட்பினை வேறு ஏதாவது ஒரு வழியில் நிரூபிப்பதற்கு எனக்கு நீங்கள் அனுமதியளிக்க வேண்டும்."

காரணம் இல்லாமலே புத்தகங்களைவிட்டுப் பிரிந்து செல்வது, தாரியாவையும் தமது பீரையும்விட்டுப் பிரிந்து செல்வது, இந்த இருபது ஆண்டுகளாய் நிலைநாட்டப் பெற்ற பழக்கத்தைக் குலைத்திடுவது முதலில் அவருக்குப் பைத்தியக்காரத்தனமாய், பகற் கனவு போன்றதாய்த் தோன்றிற்று. ஆனால் நகரமன்றக் கூடத்தில் கூறப்பட்டதும் திரும்பி வீட்டுக்கு வரும்போது அவருக்கு ஏற்பட்ட மனச் சோர்வும் அவர் நினைவுக்கு வந்தன; தம்மைப் பைத்தியக்காரராய்க் கருதிய அசட்டு ஆட்களைக் கொண்ட இந்நகரைச் சிறிது காலத்துக்குவிட்டு வெளியே செல்லும் கருத்து திடுமென அவரைக் கவருவதாய் இருந்தது.

"எங்கே போவதாய் உத்தேசம் உங்களுக்கு?" என்று கேட்டார் அவர்.

"மாஸ்கோ, பீட்டர்ஸ்பர்க், வார்சா... வார்சாவில் முன்பு நான் ஐந்து ஆண்டுகள் இருந்திருக்கிறேன், என் வாழ்வில் மிகவும் இன்பமான ஆண்டுகள் அவை. அற்புதமான நகரம் அது! அருமை நண்பரே, வாருங்கள் என்னுடன்!"

13

ஒரு வாரத்துக்குப் பிற்பாடு ஆந்திரேய் எபீமிச்சுக்கு ஓய்வு தருவதாய் கூறினார்கள், அதாவது பதவியிலிருந்து விலகுவதாய்க் கடிதம் எழுதுமாறு கேட்டுக் கொண்டார்கள். தயக்கம் சிறிதுமின்றி அவரும் அவ்வாறே எழுதியனுப்பினார். மேலும் ஒரு வாரத்துக்குப் பிற்பாடு, நகருக்கு அண்மையதான ரயில் நிலையத்துக்குச் சென்ற அஞ்சல் குதிரை வண்டியில் மிகயீல் அவெரியானிச்சுக்குப் பக்கத்தில் அமர்ந்திருந்தார் அவர். நீல வானம், தூயகாற்று இவற்றுடன் பொழுது குளுமையாய், தெளிவாய் இருந்தது. ரயில் நிலையத்தை அடைய அவர்கள் கடக்க வேண்டியிருந்த சுமார் இருநூறு கிலோமீட்டர் தொலைவை இரண்டு நாட்களில் கடந்தார்கள், இடை வழியில் தங்கி இரு இரவுகளைக் கழித்தார்கள். குதிரைமாற்று நிலையங்களில் அழுக்கேறிய கிளாஸ்களில் தேநீர் கொடுப்பார்களாயின், அல்லது சீக்கிரமாய்ச் சேணமிட்டுக் குதிரைகளைப் பூட்டத் தவறுவார்களாயின், மிகயீல் அவெரியானிச் முகம் சிவந்து போய்த் தலையிலிருந்து கால்வரை ஆடித் துடித்தவாறு "சப்தம் செய்யாதீர்கள்! வாக்குவாதம் வேண்டாம்!" என்று கத்துவார். வண்டியில் போய்க் கொண்டிருந்தபோது அவர் காக்கசசிலும் போலந்திலும் தாம் புரிந்த பயணங்கள் குறித்து ஓயாமல் பேசினார். அவருக்கு ஏற்பட்ட அனுபவங்கள் எவ்வளவு விந்தை மிக்கவை! எப்படிப்பட்டவர்களை எல்லாம் சந்தித்தார்! பலத்த குரலில் பேசினார் அவர். இந்த ஆள் பொய் பேசுகிறார் என்று எவரும் நினைக்கும்படி வியப்பால்

அப்படி அவருக்குக் கண்கள் விரிந்து வட்டமாகிவிடும். இவ்வளவும் போதாதென்று அவர் நேரே ஆந்திரேய் எபீமிச்சின் முகத்திலே மூச்சை விட்டவாறு பேசினார், அவர் காதுக்குள் சப்தமிட்டுச் சிரித்தார். டாக்டருக்கு இது உபத்திரவமாய் இருந்தது, அவருடைய சிந்தனைகள் சிதறடிக்கப்பட்டு வந்தன.

சிக்கனத்தை முன்னிட்டு அவர்கள் மூன்றாம் வகுப்பில் பயணம் செய்தார்கள். புகைபிடிக்காதோருக்கான வண்டி ஒன்றைத் தேர்ந்தெடுத்துக் கொண்டனர். பயணிகளில் பாதிப்பேர் மேல் வர்க்கத்தோராய் இருந்தார்கள். மிகயீல் அவெரியானிச் விரைவில் இவர்கள் எல்லோரோடும் சகஜமாய்ப் பழக முற்பட்டு, அருவருக்கத்தக்கவையான அந்தச் சாலைகளில் பயணம் புரிய எல்லோரும் மறுக்க வேண்டுமெனப் பலத்தகுரலில் இவர்களிடம் வற்புறுத்தியவாறு ஒவ்வொரு பெஞ்சாய் மாறிச் சென்று கொண்டிருந்தார். எல்லாம் மோசடிமயம்! குதிரை வண்டிப் பயணத்திலிருந்து இந்த ரயில் பயணம் எவ்வளவு வித்தியாசமாய் இருக்கிறது: தினசரி நூறு கிலோமீட்டர் செல்கிறீர்கள், இதற்குப் பிற்பாடும் நலக்குறையின்றி விறுவிறுப்பு குன்றாதிருக்கிறீர்கள். விளைச்சல் நல்லபடியாய் இல்லாதிருப்பதற்குச் சதுப்புகள் வடிக்கப்பட்டதுதான் காரணம். எங்கும் ஒழுங்கின்மை மலிந்துவிட்டது. அவர் உணர்ச்சி வேகங் கொண்டு உரக்கப் பேசினார், இடையில் யாரும் ஒரு வார்த்தை பேசுவதற்கு அனுமதிக்கவில்லை. பலத்தச் சிரிப்போடும் வளமான அங்க சேஷ்டைகளோடும் கூடிய முடிவில்லாத அவரது பிதற்றல்கள் ஆந்திரேய் எபீமிச்சைச் சலிப்படையச் செய்தன.

“எங்களில் பைத்தியக்காரராய் இருப்பவர் யார்?” என்று நினைத்து அவர் எரிச்சல்பட்டுக் கொண்டார். “சக பயணிகளுக்குத் தொல்லையால் அமையாதிருக்க முயலும் நானா? அல்லது தானே யாவரிலும் கூர்மதி கொண்ட சுவையான ஆளென நினைத்து யாரும் கண நேரமும் நிம்மதியாய் இருக்க முடியாதபடி உபத்திரவம் செய்யும் இந்தத் தற்பெருமைக்காரரா?”

மாஸ்கோ வந்து சேர்ந்ததும் மிகயீல் அவெரியானிச் தோளணிகள் இல்லாத இராணுவச் சட்டையும் சிவப்பு வரி மடிப்பு வைத்துத் தைத்த கால்சட்டையும் போட்டுக் கொண்டார். இராணுவக் குல்லாயும் மேல் கோட்டும் அணிந்து தெருக்களில் நடந்தார், படையாட்கள் அவரைப் பார்த்ததும் சலாம் போட்டார்கள். கிராம நிலக்கிழாரிடம் காணக் கூடிய நல்ல பண்புகளைக் கழித்துக் கட்டிவிட்டு குணக் கேடுகளை மட்டும் தம்மிடம் இருத்திக் கொண்டுவிட்ட ஒரு மனிதராய் இப்போது அவர் ஆந்திரேய்

எபீமிச்சுக்குத் தோன்றினார். தேவைப்படாத போதுங்கூடப் பணியாள் ஓடி வந்து தமக்குப் பணிபுரிய வேண்டுமென விரும்பினார் அவர். மேஜையில் அவருக்கு எதிரே தீப்பெட்டி இருக்கும், அது அங்கு இருப்பது அவருக்குத் தெரிந்தும் இருக்கும், அப்படியும் தமக்குத் தீப்பெட்டி வேண்டுமென்று பணியாளிடம் கத்துவார். உள்ளுடுப்பு தவிர எதுவும் இல்லாமலே பணிப்பெண் எதிரே கொஞ்சமும் சங்கடப்படாமல் நடப்பார். வேலையாட்கள் கிழவர்களாய் இருந்தாலுங்கூட, "வாடா, போடா" என்று டகரமிட்டுதான் அவர்களைக் கூப்பிடுவார், கோபம் வருமாயின் அவர்களை முட்டாளென்றும் தடியனென்றும் ஏசுவார். இது கிராம நிலக்கிழார் எல்லாருக்குமே உரிய பாணி என்பது ஆந்திரேய் எபீமிச்சுக்குத் தெரியும், ஆயினும் அவருக்கு அருவருப்பாயிருக்கும்.

மிகயீல் அவெரியானிச் யாவற்றுக்கும் முதலாய் இவெர்ஸ்காயா தேவாலயத்தில் பிரார்த்தனை செய்வதற்காகத் தமது நண்பரை அழைத்துச் சென்றார். அங்கே அவர் தரையிலே தலைபடும்படிக் குனிந்து, கண்கள் பனித்துவிட உருக்கமாய்த் தொழுதெழுந்தார். தமது தொழுகை முடிந்ததும் பலமாய் நெடுமூச்செறிந்துவிட்டு, தமது நண்பரிடம் கூறினார்:

"நம்பிக்கை இல்லாதவராய் இருக்கலாம், ஆயினும் பிரார்த்தனை செய்தால் மனத்துள் சாந்தி பிறக்கும். தொழுதெழும் ஐயா!"

ஆந்திரேய் எபீமிச் தட்டுத் தடுமாறியபடிக் குனிந்து தேவ உருவினை வணங்கினார். மிகயீல் அவெரியானிச் உதடுகளைக் குவித்துக் கொண்டு தலையை ஆட்டி வாய்க்குள் பிரார்த்தனையைக் கூறிக் கொண்டார், அவர் கண்களில் திரும்பவும் கண்ணீர் அரும்பிற்று. இதன்பின் இருவரும் கிரெம்ளினுக்குச் சென்று அங்கே ஜார் - பீரங்கியையும் ஜார் - மணியையும் பார்வையிட்டார்கள், விரல் நுனியால் அவற்றைத் தொட்டுங்கூடப் பார்த்தார்கள். ஆற்றுக் கரையிலிருந்து தெரியும் காட்சியைக் கண்டு களித்தார்கள், இரட்சகர் தேவலாயத்துக்கும் ருமியான்த்சேவ் பொருட்காட்சி சாலைக்கும் சென்றார்கள்.

தேஸ்தாவ் உண்டிசாலையில் இருவரும் மதிய உணவருந்தினர். மிகயீல் அவெரியானிச் தமது கிருதாவைத் தட்டித் தடவிக் கொண்டு நீண்ட நேரம் உண்டிப் பட்டியலைப் பரிசீலனை செய்தார், பிறகு எல்லா உண்டிசாலைகளையும் நன்கு அறிந்த சமையற்கலை ரசிகரின் குரலில் மேஜைப் பணியாளரிடம் கூறினார்:

"அப்பனே, எங்களுக்கு இன்று என்ன தரப் போகிறாய், சொல்லு!"

14

டாக்டர் பல இடங்களுக்குச் சென்றார், பலவற்றையும் பார்வையிட்டார், சாப்பிட்டார், ஆனால் மிகயீல் அவெரியானிச்சிடம் அவருக்கிருந்த எரிச்சல் அவரைவிட்டு அகலவே இல்லை. நண்பர் எந்நேரமும் அவரைவிட்டுப் பிரியாது இருந்ததானது அவருக்கு வேதனை உண்டாக்கிற்று. இந்த நண்பரிடமிருந்து தப்பிவிட வேண்டுமென்று, அவர் கண்ணில்படாமல் ஒளிந்து கொண்டுவிட வேண்டுமென்று ஆந்திரேய் எபீமிச் ஏங்கினார். ஆனால் ஆந்திரேய் எபீமிச்சை விட்டகலாமல் அவருடன் இருந்து அவர் உல்லாசமாய் இருப்பதற்கு எல்லா வழிகளிலும் உதவுவது தமது கடமையென மிகயீல் அவெரியானிச் கருதினார். பார்ப்பதற்கு ஒன்றும் இல்லாதபோது அவர் தமது நண்பருடன் உரையாடி உற்சாகமூட்ட முயன்றார். ஆந்திரேய் எபீமிச் இரண்டு நாட்களுக்கு இவற்றை எல்லாம் பொறுத்துக் கொண்டிருந்தார். ஆனால் மூன்றாம் நாளன்று உடம்பு சரியாய் இல்லை, நாள் முழுதும் அறையிலே இருக்கப்போவதாய்த் தம் நண்பரிடம் சொன்னார். அப்படியானால் தாமும் அறையிலேயே இருக்கப்போவதாய் அவர் நண்பர் கூறினார். ஓய்வு எடுத்துக்கொள்வது அவசியம்தான், இல்லையேல் கால்கள் ஓய்ந்துவிடும் என்றார். ஆந்திரேய் எபீமிச் முதுகை அறைப் பக்கம் திருப்பிக் கொண்டு சோபாவில் படுத்துப் பற்களை நறநறவெனக் கடித்துக் கொண்டு தமது நண்பரின் பேச்சைக் கேட்கலானார். அவர் நண்பர் உற்சாகமாய்ப்

பேசினார்: முன்னதாகவோ பின்னதாகவோ பிரெஞ்சு நாடு ஜெர்மனியை முறியடிக்கவே போகிறது, மாஸ்கோவில் எத்தர்கள் ஏராளமாய் இருக்கிறார்கள், குதிரையை அதன் உருவை மட்டும் கொண்டு மதிப்பீடு செய்யலாகாது என்றெல்லாம் வற்புறுத்தினார். டாக்டருக்கு நெஞ்சு படபடத்தது, காதுகளுக்குள் இரைச்சலாய் இருந்தது, ஆனால் தம்மைவிட்டு விலகிச் செல்லும்படியோ, பேச்சை நிறுத்தும்படியோ தம் நண்பரிடம் சொல்வது மரியாதைக் குறைவாய் இருக்குமென்று சும்மாயிருந்தார். நல்லவேளையாய் அறையிலே இருப்பது அலுத்துப்போய் மிகயீல் அவெரியானிச் மதிய உணவுக்குப் பிற்பாடு வெளியே கிளம்பிச் சென்றார்.

தனியே விடப்பட்டதும் ஆந்திரேய் எபீமிச் நிம்மதியடைந்தார். அறையில் தனியே இருக்கிறோம் என்ற உணர்வோடு சோபாவில் அசையாமல் படுத்திருந்தபோது அவருக்கு எவ்வளவு சுகமாய் இருந்தது! ஏகாந்தம் இல்லையேல் மெய்யான இன்ப நிலை சாத்தியமன்று. தேவதூதர்களுக்கு மறுக்கப்படும் இந்த ஏகாந்தத்தை விரும்பித்தான் வீழ்ச்சியுற்ற தேவதூதன் தேவனுக்குத் துரோகமிழைத்தான் போலும். கடந்த இரு நாட்களாய் தாம் கண்ணுற்றவற்றையும் கேட்டவற்றையும் பற்றிச் சிந்திக்க விரும்பினார் ஆந்திரேய் எபீமிச். ஆனால் அவரால் தமது சிந்தனையிலிருந்து மிகயீல் அவெரியானிச்சை அகற்ற முடியவில்லை.

“நட்பாலும் தயாளச் சிந்தையாலும் உந்தப்பட்டுதானே இவர் விடுமுறை பெற்று என்னுடன் கிளம்பி வந்திருக்கிறார், என்ன இது!” என்று எரிச்சலாய்த் தம்முள் கூறிக் கொண்டார் டாக்டர். “இப்படிப்பட்ட அன்பு கெழுமிய காருண்யத்தைக் காட்டிலும் மோசமானது எதுவும் இருக்க முடியாதே! அன்பும் தயாள சிந்தையும் பூரிப்பும் கொண்டவர்தான், ஆனால் தலை வேதனை உண்டாக்குபவராக அல்லவா இருக்கிறார்? ஆம், சரியான தலை வேதனை! எப்போதும் சாமர்த்தியமாகவும் சிறப்பாகவுமே பேசுவோராயினும் இவர்கள் இப்படி அசடர்களாகவா இருக்க வேண்டும் என்று நினைக்க வேண்டிய மனிதர்களுக்கும் இவருக்கும் வித்தியாசம் ஏதும் இல்லையே.”

இதன்பின் நாள்தோறும் ஆந்திரேய் எபீமிச் உடம்பு சரியாய் இல்லை என்று சொல்லி அறையைவிட்டு வெளியே போகாமலிருந்தார். அவரது நண்பர் அவரை மகிழ்விப்பதற்காகப் பேசிய நேரத்தில் முகத்தைச் சுவர் பக்கம் திருப்பிக் கொண்டு துன்புற்றவாறு படுத்திருந்தார், நண்பர் இல்லாத நேரத்தில்

ஒய்வெடுத்துக் கொண்டார். இந்தப் பயணத்தை மேற்கொண்டதற்காகத் தம்மைத்தாமே கடிந்து கொண்டார்; நாளுக்கு நாள் மேலும் மேலும் வாயரட்டையாகி அட்டகாசமாய்ப் பேசித் தம்மை முக்கியத்துவம் வாய்ந்த உன்னத சிந்தனைகளில் மனத்தை ஈடுபடுத்த முடியாமற் செய்த தமது நண்பர் மீது அவருக்குக் கோபங் கோபமாய் வந்தது.

“இவான் திமீத்ரிச் குறிப்பிட்ட அந்த எதார்த்தம் என்னைத் துன்புறுத்துகிறது” என்று நினைத்து அற்ப நிலைமைகளுக்கு மேம்பட்டவராய்த் தம்மை உயர்த்திக்கொள்ளும் ஆற்றலின்மைக்காகத் தம்மீதே ஆத்திரப்பட்டுக் கொண்டார். “இல்லை, இதெல்லாம் அபத்தம்... நான் ஊருக்குத் திரும்பியதும் யாவும் முன்பு போல் நடைபெற ஆரம்பித்துவிடும்...”

பீட்டர்ஸ்பர்கிலும் இதேபோலத்தான் ஆயிற்று. ஓட்டல் அறையில் அவர் நாட்கணக்காய் சோபாவில் படுத்துக் கிடந்தார், பீர் குடிப்பதற்காக மட்டும்தான் எழுந்தார்.

வார்சாவுக்கு விரைந்து செல்ல வேண்டுமென்று மிகயீல் அவெரியானிச் ஓயாமல் கூறிக் கொண்டிருந்தார்.

“அருமை நண்பரே, நான் ஏன் வார்சாவுக்கு வரவேண்டும்?” என்று ஆந்திரேய் எபீமிச் அவரிடம் மன்றாடினார். “நீங்கள் போய் வாருங்கள், நான் ஊருக்குத் திரும்புகிறேன்! தயவு செய்யுங்கள்!”

“அதெல்லாம் இல்லை” என்று மிகயீல் அவெரியானிச் கடிந்து கொண்டார். “அது அற்புதமான நகரம், என் வாழ்வின் மிகவும் இனிமையான ஐந்து ஆண்டுகளை அந்நகரில்தான் கழித்தேன் நான்!”

எதையும் உறுதியாய் வற்புறுத்தும் வலிவு ஆந்திரேய் எபீமிச்சிடம் இல்லையாதலால் வேண்டா வெறுப்புடன் அவர் தமது நண்பருடன் வார்சாவுக்குச் சென்றார். இங்கே அறையைவிட்டு அகலாமல் சோபாவில் படுத்துக் கிடந்தார். தம்மீதும், தமது நண்பர் மீதும், ருஷ்ய மொழியைப் புரிந்துகொள்ளப் பிடிவாதமாய் மறுத்த ஓட்டல் வேலையாட்கள் மீதும் அவருக்கு ஆத்திரம் பொத்துக் கொண்டு வந்தது. ஆனால் மிகயீல் அவெரியானிச் எப்போதும் போல் ஆரோக்கியமும் ஆர்வமும் பொங்கியெழ, காலையிலிருந்து இரவு வரை நகரில் பல இடங்களுக்கும் சென்று தமது பழைய நண்பர்களைப் பார்த்துவிட்டு வந்தார். சிலசமயம் இரவிலுங்கூடத் திரும்பாமல் வெளியே தங்கி விடுவார். ஒரு தரம் இரவை எங்கோ ஓரிடத்தில் கழித்துவிட்டு அதிகாலையில் முகமெல்லாம் சிவந்து போய், தலை கலைந்து பரட்டையாகிவிட, மிகுந்த பரபரப்புற்ற

நிலையில் திரும்பி வந்தார். விளங்காத முறையில் வாய்க்குள் முணுமுணுத்தவாறு நீண்ட நேரம் அறையில் அங்குமிங்கும் நடந்தார். பிறகு நடையை நிறுத்திவிட்டுக் கூறினார்:

"மானமே யாவற்றினும் முதன்மையானது!"

திரும்பவும் சற்றுநேரம் மேலும் கீழுமாய் நடந்தபின் தலையைக் கெட்டியாய்ப் பிடித்துக் கொண்டு துன்பகரமான குரலில் கூறினார்:

"ஆம், மானமே யாவற்றினும் முதன்மையானது! இந்தப் பாபிலோனுக்கு வர வேண்டுமென்ற எண்ணம் என் தலையில் உதித்த அந்த நேரத்தைச் சபிக்கிறேன்! அருமையிலும் அருமையான நண்பரே" என்று சொல்லி டாக்டரின் பக்கம் திரும்பினார். "நீங்கள் என்னை இழிந்தவனாய்க் கருதி புறக்கணிக்கலாம்: சூதாடிப் பணத்தை இழந்துவிட்டேன்! எனக்கு ஐந்நூறு ரூபிள் கொடுங்கள்!"

அந்திரேய் எபீமிச் ஐந்நூறு ரூபிளை எண்ணி வாய் பேசாமல் தமது நண்பரிடம் கொடுத்தார். அவர் நண்பர் வெட்கத்தாலும் ஆத்திரத்தாலும் படர்ந்த சிவப்பு மறையாமல் முகத்திலே பளிச்சிட, எந்தச் சம்பந்தமுமின்றித் தேவையில்லாத முறையில் சூளுரைத்துவிட்டு, தொப்பியை அணிந்து கொண்டு வெளியே சென்றார். இரண்டு மணி நேரத்துக்குப் பிற்பாடு திரும்பி வந்ததும் நாற்காலியில் சாய்ந்து பலமாய்ப் பெருமூச்சுவிட்டுக் கொண்டு கூறினார்:

"எனது மானத்தைக் காப்பாற்றிக் கொண்டு விட்டேன்! நண்பரே, புறப்படுங்கள், இங்கிருந்து போய்விடுவோம்! இந்தக் கேடுகெட்ட நகரில் இனி ஒரு நிமிடம் கூட இருக்க விரும்பவில்லை நான். திருடர்கள்! ஆஸ்திரிய உளவாளிகள்!"

நண்பர்கள் இருவரும் தமது யாத்திரையிலிருந்து திரும்பியபோது நவம்பர் மாதம்; தெருக்களில் வெண்பனி கனமாய் மூடியிருந்தது. முன்பு ஆந்திரேய் எபீமிச்சுக்கு உரியதாய் இருந்த பதவியில் இப்போது டாக்டர் ஹோபத்தவ் அமர்ந்திருந்தார். இன்னமும் அவர் தமது பழைய அறைகளில்தான் வசித்து வந்தார், ஆந்திரேய் எபீமிச் திரும்பி வந்து மருத்துவமனைக் குடியிருப்பைக் காலிசெய்து தருவதற்காகக் காத்திருந்தார். அவர் தமது சமையற்காரி என்பதாய்ச் சொல்லி வந்த அழகில்லாத அந்தப் பெண் ஏற்கெனவே மருத்துவமனையின் பக்கவாட்டுப் பிரிவுகளில் ஒன்றில் வசித்து வந்தாள்.

மருத்துவமனை குறித்து நகரில் புதிய வதந்திகள் பரவியிருந்தன. அழகில்லாத அந்தப் பெண் மருத்துவமனை மேலாளருடன் சண்டை போட்டதாகவும், அவர் அவளுடைய காலில் விழுந்து மன்னிப்பு கேட்டதாகவும் பேசிக் கொண்டார்கள்.

ஆந்திரேய் எபீமிச் திரும்பி வந்த நாளன்றே அவர் தமக்குப் புதிய குடியிருப்பு தேட வேண்டியதாயிற்று.

"அருமை நண்பரே, இதைக் கேட்பதற்காக மன்னிக்க வேண்டும்: உங்களிடம் பணம் எவ்வளவு இருக்கிறது?" என்று அஞ்சலகத் தலைவர் தயங்கிக் கொண்டு அவரிடம் கேட்டார்.

ஆந்திரேய் எபீமிச் தம்மிடமிருந்த பணத்தை எண்ணிப் பார்த்துவிட்டுச் சொன்னார்:

"எண்பத்தாறு ரூபிள்."

"இதை நான் கேட்கவில்லை" என்றார், டாக்டர் தம்மைப் புரிந்துகொள்ளாததைக் கண்டு குழப்பமடைந்த மிகயீல் அவெரியானிச். "மொத்தமாய்ச் சேர்த்து உங்களிடம் ரொக்கம் எவ்வளவு இருக்கும்?"

"அதைத்தான் சொல்கிறேன்: எண்பத்தாறு ரூபிள்..... அவ்வளவுதான்."

டாக்டரை நேர்மையாளராகவும் உயர்ந்த பண்பாளராகவுமே கருதி வந்தார் என்றாலும், எப்படியும் இவர் இருபது ஆயிரம் ரூபிளாவது சேர்த்து எங்காவது பத்திரப்படுத்தி வைத்திருப்பார் என்றே மிகயீல் அவெரியானிச் நினைத்திருந்தார். ஆந்திரேய் எபீமிச் பணமில்லாதவர், வாழ வழியில்லாத ஓட்டாண்டி என்பது இப்போது தெரிந்ததும் திடுமென அவர் அழுது கண்ணீர் வடித்துத் தமது நண்பரைக் கட்டியணைத்துக் கொண்டார்.

15

நடுத்தரக் கீழ் வர்க்கத்தவளான பெலோவா என்றொரு பெண்ணின் வீட்டுக்கு ஆந்திரேய் எபீமிச் குடி சென்றார். சமையலறையைச் சேர்க்காமல் மூன்று அறைகளைக் கொண்ட சிறிய வீடு அது. தெருவை நோக்கிய இரு அறைகளில் டாக்டர் குடியேறினார், தாரியாவும் வீட்டுக்காரியும் அவளுடைய மூன்று குழந்தைகளும் மூன்றாவது அறையிலும் சமையலறையிலும் வசித்தனர். சிலசமயம் வீட்டுக்காரியின் காதலனும் இரவில் இங்கு வந்து தங்குவது உண்டு. குடிகாரனாகிய இந்த ஆள் இரவில் அடிக்கடி மூர்க்கனாகி, தாரியாவையும் குழந்தைகளையும் பீதியுறச் செய்வான். சமையலறையில் நாற்காலியில் உட்கார்ந்து கொண்டு இந்த ஆள் வோத்கா வேண்டுமென்று கேட்கையில் வீட்டில் இடமின்றி ஒரே நெரிசலாயிருப்பதாய்த் தோன்றும், கருணையால் மனம் நெகிழ்ந்துவிடும் டாக்டர் அழுது கொண்டிருக்கும் குழந்தைகளைத் தமது அறைக்கு அழைத்துச் சென்று தரையிலே அவர்களுக்குப் படுக்கைகள் போட்டுத் தருவார். இது அவருக்கு மிகுந்த மனநிறைவு அளித்தது.

எப்போதும்போல அவர் எட்டு மணிக்கெல்லாம் விழித்தெழுந்து தேநீர் அருந்திவிட்டுத் தமது பழைய புத்தகங்களையும் பத்திரிகைகளையும் வைத்துக் கொண்டு படிக்க ஆரம்பிப்பார். புதியவற்றை வாங்க அவரிடம் பணம் இல்லை. புத்தகங்கள் பழையவை என்பதாலோ, அல்லது மாறிவிட்ட சூழ்நிலையின் காரணத்தாலோ முன்பு போல் அவரால் மெய்மறந்து படிக்க முடியவில்லை,

படிப்பு இப்போது அவரைத் தளர்ந்து ஓய்ந்துவிடும்படிச் செய்தது. ஒன்றும் செய்யாமல் சும்மாயிருக்க முடியாமல் அவர் தமது புத்தகங்களின் விவரப் பட்டியல் ஒன்றைத் தயாரித்தார், பெயர்க் குறிப்புகள் எழுதி புத்தகங்களின் முதுகுப் புறத்தில் ஒட்டினார். இயந்திர பாணியிலான இந்தச் சள்ளையான வேலை படிப்பதைக் காட்டிலும் அவருக்குச் சுவையானதாய்ப்பட்டது. இந்தச் சள்ளையான வேலை ஏதோ ஒரு வினோத வகையில் அவருடைய சிந்தனைகளைக் கண்ணுறங்கச் செய்வது போலிருந்தது, எதைப்பற்றியும் சிந்திக்காமல் அவர் வேலை செய்து வந்தார், நேரம் அதிவேகமாய்க் கழிந்து சென்றது. சமையலறையில் தாரியாவுடன் சேர்ந்து உருளைக்கிழங்கு தோல் உரிப்பதும் கொள் கோதுமை பொருக்கிப் பிரிப்பதும்கூட இனிமையான வேலையாய் இருக்கக் கண்டார். சனியன்றும் ஞாயிறன்றும் அவர் கோயிலுக்குச் சென்று வந்தார். கண்களை மூடிக் கொண்டு சுவரில் சாய்ந்தபடி இசைக் குழுவின் பாட்டைக் கேட்பார், தமது தந்தையையும் தாயையும் பல்கலைக்கழகத்தையும் பற்பல மதங்களையும் நினைத்துக்கொள்வார். அவருக்கு அமைதியாகவும் விசனமாகவும் இருக்கும். கோயிலிலிருந்து வெளியே வரும்போது தொழுகை இவ்வளவு சீக்கிரமாய் முடிவுற்றுவிட்டதே என்று வருத்தமாயிருக்கும்.

இவான் திமீத்ரிச்சைப் பார்த்து அவருடன் பேசலாமென்று மருத்துவமனைக்கு இரு முறை சென்றிருந்தார். இரு முறையும் இவான் திமீத்ரிச் மட்டுமீறிப் பரபரப்புற்று ஆவேசங் கொண்டவராய் இருக்கக் கண்டார். வெற்றுப் பேச்சுக்கள் தமக்குப் பொறுக்கமுடியாத வேதனையாய் இருப்பதாய்ச் சொல்லி, தம்மை அமைதியாய் இருக்கவிடும்படி வேண்டினார் அவர். எவ்வளவோ துன்பங்களை எல்லாம் அனுபவித்துவிட்ட தாம், இந்த நாசமாய்ப்போன படுபாவிகளிடமிருந்து அதிகமாய் ஒன்றும் கேட்டுவிடவில்லை, தனிக் கொட்டடிக் கைதியாய்த் தம்மைவிட்டு வைக்கும்படி வேண்டுவதைத் தவிர அதிகமாய் ஒன்றும் கேட்டுவிடவில்லை. இதுவுங்கூடவா தமக்கு மறுக்கப்பட வேண்டும்? இரண்டு முறையும் ஆந்திரேய் எபீமிச் இரவு இனியதாகுக என்று வாழ்த்து உரைத்து அவரிடம் விடைபெற்றுக் கொண்டபோது அவர் கடுங் கோபமுற்றவராய்ச் சீறி விழுந்தார்:

"நிற்காதேயும், போய்த் தொலையும்!"

இதற்குப் பிறகு மூன்றாம் முறையும் அவரிடம் போவதா, போகக் கூடாதா என்று ஆந்திரேய் எபீமிச்சுக்குப் புரியவில்லை. போக வேண்டுமென்றே அவர் விரும்பினார்.

முன்பெல்லாம் மதிய உணவுக்குப் பிறகு ஆந்திரேய் எபீமிச் அறைகளில் நடைபோட்டு சிந்தனையிலே மூழ்கி நேரத்தைக் கழிப்பது வழக்கம். இப்போது அவர் சுவர் பக்கமாய் முகத்தை வைத்துக் கொண்டு சோபாவில் படுத்துக் கிடந்தார், மாலைப்பொழுதில் தேநீர் அருந்தும் நேரம் வரை அப்படியே படுத்திருந்த அவரை அற்பமான சிந்தனைகள் வாட்டிவதைத்தன, அவரால் இவற்றை தம் மனத்திலிருந்து விரட்ட முடியவில்லை, இருபது ஆண்டுகளுக்கு மேல் சேவை புரிந்த தமக்கு ஓய்வு ஊதியமோ, மான்யத் தொகையோ தரப்படாததை நினைத்து வருந்தினார். அவர் தாம் புரிந்த சேவையை நேர்மையானதாய்க் கருதவில்லை என்பது மெய்தான்; ஆயினும் நேர்மையானதோ, இல்லையோ, எவ்விதமான சேவைக்கும் ஓய்வு ஊதியம் பெறுவது எல்லோருக்கும் உரிய உரிமை அல்லவா? பட்டம், பதவி, ஓய்வு ஊதியம் இவை எல்லாம் அளிக்கப்படுவது செய்த சேவைக்காகவே அன்றி, அது எப்படிப்பட்டதாய் இருப்பினும் அதற்காகவே அன்றி, ஒழுக்கப் பண்புகளுக்காகவோ ஆற்றலுக்காகவோ அல்ல என்பதுதானே நீதியெனும் தற்காலக் கருத்தின் உள்ளடக்கம்? அப்படி இருக்கையில் தான் மட்டும் விதி விலக்காய் விடப்படுவானேன்? அவரிடம் சல்லிக் காசுகூட இல்லை. கடை வழியே செல்லவும் கடைக்காரரின் பார்வையில் படவும் அவருக்கு வெட்கமாய் இருந்தது. பீருக்காக அவர் முப்பத்திரண்டு ரூபிள் தர வேண்டியிருந்தது. வீட்டுக்காரி பெலோவாவுக்கும் அவர்கள் வாடகைப் பணம் பாக்கி தர வேண்டியிருந்தது. தாரியா இரகசியமாய் அவருடைய பழைய துணிமணிகளையும் புத்தகங்களையும் விற்று வந்தாள், டாக்டருக்குச் சீக்கிரத்தில் ஒரு பெருந்தொகை பணம் வரப்போவதாய் வீட்டுக்காரியிடம் கூறி வந்தாள்.

தமது யாத்திரைகளுக்காக ஆயிரம் ரூபிளை, தமது சேமிப்புகள் யாவற்றையும் செலவிட்டதற்காக அவர் தம்மைத்தாமே கடிந்து கொண்டார். இந்த ஆயிரம் ரூபிள் கையிலிருந்தால் இப்போது எவ்வளவு உதவியாய் இருக்கும்! தம்மைத் தனியே அமைதியாய் இருக்க விடமாட்டேன் என்கிறார்களே என்று அவர் எரிச்சல்பட்டுக் கொண்டார். ஹோபத்தவ் தமது பிணியுற்ற சகாவை அடிக்கடி பார்த்துச் செல்வது தமது கடமையெனக் கருதினார். அவரைப் பற்றியவை

அனைத்துமே ஆந்திரேய் எபீமிச்சுக்கு அருவருக்கத்தக்கனவாய் இருந்தன: நன்கு உண்டு வாழ்கிறவர் என்பதைக் காட்டும் அவரது முகம், பெரிய மனிதத் தோரணையிலான அவரது தரங்கெட்ட குரல், “சகாவே” என்பதாய் அவர் கூப்பிட்ட முறை, அவரது நெடிய பூட்சும் நினைக்க நினைக்க வேதனையையே அளித்தன. இவை யாவற்றையும்விட சகிக்க முடியாததாய் இருந்தது என்னவென்றால், ஆந்திரேய் எபீமிச்சைக் கவனித்துக்கொள்வது தமது கடமையெனக் கருதி, மெய்யாகவே தாம் அவருக்கு மருத்துவ சிகிச்சை அளிப்பதாய் நினைத்துக் கொண்டதுதான். அவர் வரும்போதெல்லாம் தவறாமல் ஒரு பாட்டில் பொட்டாஷியம் புரோமைடும் மற்றும் சாம்பல் நிறத் தூள்களும் கொண்டுவந்தார்.

மிகயீல் அவெரியானிச்சும் தமது நண்பரை வந்து பார்த்துச் செல்வதும் அவரை மகிழ்விக்க முயலுவதும் தமது கடமையாகுமெனக் கருதினார். குதூகலப்படுகிறவரைப் போலக் காட்டிக் கொண்டு முகத்திலே புன்சிரிப்பை வரவழைத்துக் கொண்டுதான் அவர் ஆந்திரேய் எபீமிச்சின் அறைக்குள் நுழைவார். ஆந்திரேய் எபீமிச் இன்று பார்ப்பதற்குப் பளிச்சென்று இருக்கிறார், தேவனைப் போற்றுவோம், யாவும் நல்லபடியாகி வருகின்றன என்று உற்சாகமாய்ச் சொல்வார். தமது நண்பரின் நிலை நம்பிக்கைக்கு இடமில்லாததாய் இருப்பதாய்க் கருதினார் என்பதே உண்மையில் இதன் அர்த்தம். வார்சாவில் கடனாய் வாங்கிய பணத்தை அவர் இன்னும் தம் நண்பருக்குத் திருப்பித் தரவில்லை. வெட்க உணர்ச்சியாலும் மனப் புழுக்கத்தாலும் வதைக்கப்பட்டு அவர் மேலும் பலமாய்ச் சிரித்துக் கொண்டு வேடிக்கையான கதைகள் சொல்ல முயலுவார். அவருடைய வேடிக்கையான கதைகளுக்கும் உரையாடலுக்கும் முடிவே இருக்காது போல் தோன்றும், ஆந்திரேய் எபீமிச்சுக்கும் மற்றும் அவருக்குமேகூட இவை சித்திரவதையாகவே இருக்கும்.

அவரது இந்த வருகைகளின்போது ஆந்திரேய் எபீமிச் வழக்கமாய்ச் சுவரைப் பார்த்தவாறு சோபாவில் படுத்திருப்பார், பற்களைக் கடித்துக் கொண்டு அவரது பேச்சைக் கேட்டுக் கொண்டிருப்பார். ஆந்திரேய் எபீமிச்சுக்குத் தமது நெஞ்சினுள் திரை திரையாய் கசடு தோன்றி மேலே எழுவது போன்ற உணர்ச்சி உண்டாகும். தமது நண்பர் வந்து பேசிவிட்டுச் செல்லச் செல்ல இந்தக் கசடு மேலும் மேலும் உயரமாய் எழுந்து சென்று முடிவில் தொண்டையை அடைத்துத் திணறடித்துவிடும் போலிருந்தது.

இந்த இழிவான உணர்ச்சிகளை அடக்கும்பொருட்டு அவர் தமது சிந்தனையை வேறொரு வழியில் செல்ல வைத்தார். தாமும் ஹோபத்தவும் மிகயீல் அவெரியானிச்சும் காலத்தில் எந்தத் தடமுமின்றி அழிந்தொழிந்தே ஆக வேண்டும் என்பதாய்ச் சிந்தனை செய்தார். பத்து லட்சம் ஆண்டுகளுக்குப் பிற்பாடு ஓர் ஆத்மா அண்டவெளியில் புவிக்கோளத்தைக் கடந்து பறப்பதாய்க் கற்பனை செய்வோமானால், அந்த ஆத்மாவால் களிமண்ணையும் வெறும் பாறைகளையும் தவிர வேறு எதையும் காண முடியாது. பண்பாடு, ஒழுக்கநெறி ஆகிய யாவும் அந்தக் காலத்தில் அழிந்தொழிந்து போயிருக்கும், புற்பூண்டுகளுங்கூட அன்று இல்லாதொழிந்து போயிருக்கும். ஆகவே இந்த நிலைமையில் அவரது வருத்தமும் வேதனையும், கடைக்காரர் முன்னால் அவருக்கு ஏற்படும் வெட்க உணர்ச்சியும், இந்த அற்ப மனிதரான ஹோபத்தவும், மிகயீல் அவெரியானிச்சின் ஒடுக்கி வருத்தும் நட்பும் எம்மட்டில்? எல்லாம் அர்த்தமற்றவை, அற்பமானவை, காலில் ஒட்டும் தூசிக்குச் சமமானவை!

ஆனால் இம்மாதிரியான சிந்தனையும் இப்போது அவருக்கு உதவுவதாய் இல்லை. பத்துலட்சம் ஆண்டுகளுக்குப் பிற்பாடு புவிக்கோளத்தின் தோற்றம் எப்படி இருக்குமென்று அவர் மனக்கண்ணால் பார்க்க முற்பட்டதுமே ஹோபத்தவ் அவரது நெடிய பூட்சுகளை அணிந்து வெற்றுப் பாறைகளுக்குப் பின்னாலிருந்து வெளிப்பட்டு எதிரே வந்தார், அல்லது மிகயீல் அவெரியானிச் வேட்டுச் சிரிப்பு சிரித்துக் கொண்டு கண்ணெதிரே தோன்றினார், சங்கடப்பட்டுக் கொண்டு அவர் முணுமுணுக்கும் குரலில் கூறியது கூட ஆந்திரேய் எபீமிச்சின் காதில் விழுந்தது: "அருமை நண்பரே, வார்சாவில் நான் வாங்கிய கடன் குறித்து கவலைப்பட வேண்டாம், இன்னும் சில நாட்களில் திருப்பித் தந்து விடுவேன்... மெய்தான், திருப்பித் தந்து விடுவேன்."

16

ஒரு நாள் பிற்பகலில் மிகயீல் அவெரியானிச் வந்திருந்தார், அப்போது ஆந்திரேய் எபீமிச் சோபாவில் படுத்திருந்தார். அதேநேரத்தில் ஹோபத்தவ் பொட்டாஷியம் புரோமைடை எடுத்துக் கொண்டுவந்து சேர்ந்தார். ஆந்திரேய் எபீமிச் சோபாவில் கையை ஊன்றி முயற்சி செய்து எழுந்து உட்கார்ந்தார்.

"அன்புடையீர், நேற்று இருந்ததைக் காட்டிலும் எவ்வளவோ நன்றாய் இருக்கிறீர்கள். சபாஷ்! பிரமாதமாய் இருக்கிறீர்கள், போங்கள்!"

"சகாவே, எத்தனை நாள்தான் படுத்திருப்பது? நலமடைந்துவிட்டீர்கள், எழுந்து நடமாட வேண்டியதுதான்!" என்று கொட்டாவிவிட்டபடிக் கூறினார் ஹோபத்தவ். "உங்களுக்கும் அலுத்துப் போயிருக்குமே."

"ஆம், நலமடைந்துவிட்டோம்!" என்று ஆனந்தக் கூச்சலிட்டார் மிகயீல் அவெரியானிச். "இன்னும் நாம் நூறு ஆண்டுகளுக்கு வாழ்கிறோமா, இல்லையா? பாருங்கள்!"

"நூறு ஆண்டோ என்னமோ எனக்குத் தெரியாது, ஆனால் எப்படியும் இருபது ஆண்டுகளுக்கு எந்தக் கேடுமின்றி வாழ்வார்" என்று உற்சாகப்படுத்தினார் ஹோபத்தவ். "சகாவே, எந்தக் கவலையும் வேண்டாம்... ஊக்கமது கைவிடேல்?"

"நாங்கள் எப்படிப்பட்டவர்கள் என்பதைக் காட்டத்தான் போகிறோம்!" என்று பலக்கச் சிரித்தார் மிகயீல் அவெரியானிச். "காட்டத்தான் போகிறோம்!

ஆண்டவன் அருள்புரிவான், அடுத்த கோடையில் நாங்கள் காக்கசசுக்குச் செல்வோம். ஆம், அங்கே குதிரையில் ஏறி மலைகளிடையே பாய்ந்தோடுவோம் - தகடீ! தகடீ! தகடீ காக்கசசிலிருந்து திரும்பி வந்ததும், யாருக்குத் தெரியும், திருமணம் நடத்த வேண்டி வரலாம்!" மிகயீல் அவெரியானிச் குறும்பாய்க் கண்ணடித்துக் காட்டினார். "அருமை நண்பரே, உங்களுக்குத் திருமணம் நடத்துவோம்... பார்க்கத்தானே போகிறார்கள்!"

ஆந்திரேய் எபீமிச்சுக்குத் திடுமெனத் தொண்டைக்கு உயர்ந்தெழுந்து வந்துவிட்டது கசடு; அவரது நெஞ்சு பயங்கரமாய்ப் படபடத்துக் கொண்டது.

"ஆபாசம்! ஆபாசம்!" என்று வெடுக்கென எழுந்து சன்னலிடம் சென்றார் அவர். "நீங்களும் உங்கள் பேச்சும்! ஆபாசம்! இதுகூடவா தெரியவில்லை?"

அவர் அமைதியாகவும் நாசுக்காகவும் பேச வேண்டுமென்றுதான் விரும்பினார், ஆனால் தம்மையும் மீறி இரு கைகளையும் இறுக்கி மூடி தலைக்கு மேல் உயர்த்தினார்.

"என்னைத் தனியே இருக்க விடுங்கள்!" என்று உச்சக் குரலில் கத்தினார், அவருக்கு முகம் நெருப்பாய்ச் சிவந்துவிட்டது, சர்வாங்கமும் ஆடிக் குலுக்கின. "போங்கள் வெளியே! இருவரும்தான்! வெளியேறிவிடுங்கள்!"

மிகயீல் அவெரியானிச்சும், ஹோபத்தவும் உடனே எழுந்து முதலில் திகைப்போடும் பிறகு பீதியோடும் அவரை உற்று நோக்கினர்.

"இருவரும் வெளியே போய்விடுங்கள்!" என்று தொடர்ந்து கூச்சலிட்டார் ஆந்திரேய் எபீமிச். "அசடர்கள்! முழு முட்டாள்கள்! உமது நட்பு வேண்டாம் ஐயா, எனக்கு! மூடனே, உனது மருந்தும் வேண்டாம் எனக்கு! ஆபாசம், வயிற்றைப் புரட்டுகிறது!"

ஹோபத்தவும் மிகயீல் அவெரியானிச்சும் மிரண்டு போய் ஒருவரையொருவர் பார்த்துக் கொண்டு கதவை நோக்கிப் பின்வாங்கி நகர்ந்தனர், பிறகு வெளியே நடைக்குச் சென்றனர். ஆந்திரேய் எபீமிச் ஒரு தாவு தாவி பொட்டாஷியம் புரோமைடு பாட்டிலை எடுத்து அவர்கள் பின்னால் வீசியெறிந்தார், அது கதவுக்கு வெளியே போய் விழுந்து நொறுங்கிச் சிதறிற்று.

“தொலைந்து போங்கள்!” என்று கதறியழும் குரலில் கத்தியவாறு நடையில் அவர்கள் பின்னால் ஓடினார். “நாசமாய் போங்கள்!”

இருவரும் போய்ச் சேர்ந்த பிற்பாடு ஆந்திரேய் எபீமிச் சன்னி கண்டாற்போல் கைகால்கள் நடுங்கி உதற சோபாவில் படுத்துக் கொண்டு திரும்பத் திரும்பக் கூறினார்: “அசட்டு ஆட்கள்! முட்டாள்கள்?”

ஆவேசம் தணிந்து அவர் அமைதியடைந்ததும், மிகயீல் அவெரியானிச்சின் உள்ளம் எப்படிப் புண்பட்டுப் போயிருக்கும் என்று நினைத்துக் கொண்டார், என்ன பைத்தியக்காரத்தனமான ஆவேசம், பயங்கரக் கூத்து என்று கூறிக் கொண்டார். இம்மாதிரியான ஒரு ஆவேசம் இதன் முன் அவருக்கு வந்ததே இல்லை. அவரது மதிநுட்பம், சாமர்த்தியம், தெளிவு, எதையும் மதியாது புறக்கணித்துச் செல்லும் தத்துவஞானம் ஆகிய இவையாவும் எங்கே போயின?

வெட்கத்தாலும் தம்மீதான எரிச்சலாலும் அலைக்கழிக்கப்பட்டார் அவர், அன்று இரவு அவரால் தூங்க முடியவில்லை. காலையில் சுமார் பத்து மணிக்கு அவர் அஞ்சலகத் தலைவரிடம் மன்னிப்பு கேட்டுக்கொள்வதற்காக அஞ்சலகத்துக்குச் சென்றார்.

“நடந்ததைப்பற்றி நாம் பேச வேண்டியதில்லை” என்று மனம் உருகிப் போய் நீண்ட மூச்சு விட்டவாறுக் கூறி அவருடைய கையைப் பாசமுடன் பிடித்து அழுத்தினார் மிகயீல் அவெரியானிச். “போனது போகட்டும் விடுங்கள். லூபாவ்க்கின்!” அவர் கத்திய கத்தலில் தபாற்காரர்களும் அங்கே வந்திருந்தவர்களும் துணுக்குற்றுவிட்டார்கள். “ஒரு நாற்காலி கொண்டுவந்து போடு! உன்னால் கொஞ்சநேரம் காத்திருக்க முடியாதா, என்ன?” - கம்பிகளின் வழியே பதிவுக் கடிதம் ஒன்றை உள்ளே நீட்டிய ஏழைப் பெண்ணைப் பார்த்துக் கூச்சலிட்டார். “நான் வேலையாய் இருப்பது தெரியவில்லையா உனக்கு?... போனது போகட்டும், மறந்துவிடுங்கள்” என்று ஆந்திரேய் எபீமிச்சின் பக்கம் திரும்பிப் பாசத்தோடு கூறினார். “உட்காருங்கள்; அருமை நண்பரே, மன்றாடிக் கேட்டுக்கொள்கிறேன், உட்கார வேண்டும் நீங்கள்.”

ஒரு நிமிட நேரத்துக்கு மௌனமாய் முழங்கால்களைத் தேய்த்துக் கொண்டிருந்தபின் கூறினார் அவர்:

“உங்கள் மீது துளிக்கூட எனக்குக் கோபமில்லை. நோய்வாய்ப்படுவது எப்படிப்பட்டது என்பது தெரியாதவனல்ல நான். திடீரென்று நேற்று உங்களுக்கு அப்படி ஆனதைக் கண்டு

டாக்டரும் நானும் கதிகலங்கிப்போனோம், பிறகு நெடுநேரம் உங்களைப் பற்றிப் பேசிக் கொண்டிருந்தோம். அருமை நண்பரே, உடல்நலத்தைக் கவனித்துக்கொள்ளாமல் ஏன் அசட்டையாய் இருக்கிறீர்கள்? இப்படியே போனால் என்ன ஆவது? நண்பன் என்ற முறையில் ஒளிவுமறைவின்றிப் பேசுகிறேன், நீங்கள் என்னை மன்னிக்க வேண்டும்" - மிகயீல் அவெரியானிச் குரலைத் தணித்துக் குசுகுசுவென்று பேசினார் - "சிறிதும் விரும்பத்தகாத ஒரு சூழலில் வசித்து வருகிறீர்கள்: ஒரே நெரிசல், சுற்றிலும் அசிங்கம், கவனிப்பார் யாரும் இல்லை, சிகிச்சை பெற வழியில்லாத நிலைமை... எனது அருமை நண்பரே, டாக்டரும் நானும் உங்களை மன்றாடிக் கேட்டுக்கொள்கிறோம், எங்களுடைய ஆலோசனையை நீங்கள் ஏற்றுக்கொள்ள வேண்டும்: மருத்துவமனையில் சேர்ந்து கொண்டு விடுங்கள்! அங்கு ஆரோக்கியமான உணவு கிடைக்கும், கவனித்துக்கொள்ள ஆட்கள் இருக்கிறார்கள், உங்களுடைய நோய்க்குச் சிகிச்சை பெற முடியும். எவ்கேனி பேதரோவிச் - உங்களுக்கும் எனக்கும் தெரியும், ஒருமாதிரியான ஆள்தான் - ஆனால் சாமர்த்தியமான டாக்டர் என்பதில் சந்தேகமில்லை, அவரை நம்பலாம். உங்களைக் கவனித்துக்கொள்வதாய் வாக்களிக்கிறார்."

அஞ்சலகத் தலைவரின் மெய்யான அனுதாபத்தையும் அவருடைய கன்னங்களில் திடுமெனப் பளிச்சிட்ட கண்ணீரையும் கண்டு ஆந்திரேய் எபீமிச் உள்ளம் உருகிப் போனார்.

"அன்புடையீர், இதை எல்லாம். நீங்கள் நம்பக் கூடாது!" என்று நெஞ்சின் மீது கையை வைத்துக்கொண்டு முணுமுணுக்கும் குரலில் கூறினார் ஆந்திரேய் எபீமிச். "அவர்கள் பேச்சை நம்பாதீர்கள்! எல்லாம் பொய்! எனக்குள்ள நோய் எல்லாம் என்னவெனில், இருபது ஆண்டுக் காலத்தில் நமது நகரில் அறிவுடைய மனிதராய் ஒரேயொருவரைத்தான் நான் காண முடிந்திருக்கிறது, இவர் பைத்தியம் பிடித்தவராய் இருக்கிறார். எனக்கு எந்த நோயும் இல்லை, தப்பி வெளிவர வழியில்லாத நச்சுச் சுழலில் அகப்பட்டுக் கொண்டு விட்டேன். அவ்வளவுதான். எனக்கு எல்லாம் ஒன்றுதான், எதற்கும் தயார் நான்."

"என் நண்பரே, மருத்துவமனையில் சேர்ந்துவிடுங்கள்!"

"எங்கு வேண்டுமானாலும் சேருகிறேன், எல்லாம் ஒன்றுதான், உயிரோடு வேண்டுமானாலும் என்னைப் புதையுங்கள்."

"எவ்கேனி பேதரோவிச் சொல்வதைத் தட்டாமல் செய்வதாய் வாக்களியுங்கள்."

“சரி, அப்படியே வாக்களிக்கிறேன். ஆனால் திரும்பவும் உங்களிடம் சொல்கிறேன், நான் ஒரு நச்சுச் சுழலில் அகப்பட்டுக் கொண்டு விட்டேன். இனி யாவும், எனது நண்பர்களது ஆழ்ந்த அனுதாபமுங்கூட என்னை ஒரேயொரு முடிவை நோக்கியே - எனது நாசத்தை நோக்கியே - இழுத்துச் செல்லும். நான் நாசமாகி வருகிறேன், இதை உணர்ந்துகொள்ளும் நெஞ்சுரம் என்னிடம் இருக்கிறது.”

“அன்புக்குரியவரே, நீங்கள் நல்லபடியாகிவிடுவீர்கள்!”

“எதற்காக இதெல்லாம், வீண் பேச்சு!” என்று கடுப்பு தொனிக்கக் கூறினார் ஆந்திரேய் எபீமிச். “வாழ்க்கையின் இறுதியில் அனேகமாய் ஒவ்வொருவருக்கும் தற்போது எனக்கு ஏற்பட்டிருக்கும் இம்மாதிரியான ஒரு நிலைமை ஏற்படவே செய்கிறது. சிறுநீரகத்தில் கோளாறு, அல்லது இருதயம் தளர்ந்துவிட்டது என்று சொல்கிறார்கள், நீங்கள் சிகிச்சை பெறத் தொடங்குகிறீர்கள்; இல்லையேல் பைத்தியம் பிடித்து விட்டது, அல்லது குற்றவாளி ஆகி விட்டீர்கள் என்கிறார்கள் - அதாவது சுருக்கமாய்ச் சொல்வோமாயின் சுற்றிலுமுள்ளவர்களது கவனம் உங்கள் பக்கம் திரும்பி விடுகிறது, இனி நீங்கள் ஒருபோதும் தப்பித்து வெளியேற முடியாத ஒரு நச்சுச் சூழலில் சிக்கி விட்டீர்கள் என்பதில் உங்களுக்கு எந்தச் சந்தேகமும் வேண்டியதில்லை. இதிலிருந்து தப்புவதற்காக நீங்கள் முயலுவீர்களாயின் மேலும் ஆழமாய் நீங்கள் சிக்க வேண்டியதாகிவிடுகிறது. தப்பும் எண்ணத்தையே விட்டொழிப்பதுதான் உசிதம், ஏனெனில் மனித முயற்சி எதனாலும் உங்களைக் காப்பாற்ற முடியாது. இதுதான் எனது அபிப்பிராயம்.”

கம்பிகளுக்கு அப்பால் இதற்குள் கூட்டமாகிவிட்டது. இனியும் இவர்களைக் காத்துக் கொண்டு நிற்க வைக்கக் கூடாதென்று ஆந்திரேய் எபீமிச் விடைபெற்றுக்கொள்வதற்காக எழுந்தார். மிகயீல் அவெரியானிச் திரும்பவும் அவரை வாக்களிக்க வைத்தபின் கதவு வரை சென்று வழியனுப்பினார்.

அதேநாள் மாலையில் சிறிதும் எதிர்பாராதவிதமாய் ஹோபத்தவ் ஆட்டுத் தோல் கோட்டும் நெடிய பூட்சும் போட்டுக் கொண்டு ஆந்திரேய் எபீமிச்சிடம் வந்தார். முன் தினத்தன்று எதுவுமே நடைபெறாது போல் மிகவும் சகஜமான குரலில் சொன்னார் அவர்:

“சகாவே, வேலையாய் உங்களிடம் வந்திருக்கிறேன். மருத்துவ ஆலோசனை ஒன்றில் நீங்களும் வந்து கலந்துகொள்ள

வேண்டுமென்று கேட்டுக்கொள்வதற்காக வந்திருக்கிறேன் - என்ன சொல்கிறீர்கள்?"

ஹோபத்தவ் தம்மை வெளியே அழைத்துச் சென்று நடக்க வைத்து உற்சாகப்படுத்த விரும்புகிறார், அல்லது சிறிது பணம் சம்பாதிப்பதற்கு வாய்ப்பளிக்கலாமென்றும் விரும்பியிருக்கலாம் என்பதாய்க் கருதி ஆந்திரேய் எபீமிச் கோட்டையும் குல்லாவையும் போட்டுக் கொண்டு அவருடன் வெளியே சென்றார். முந்திய நாளன்று தாம் புரிந்த அடாத செயலுக்கு மன்னிப்பு தேடிக்கொள்வதற்கு வாய்ப்பு கிடைத்திருப்பதாய் மகிழ்ந்து கொண்டார் அவர். அந்தச் சம்பவம் குறித்து ஹோபத்தவ் ஒரு வார்த்தைகூடப் பேசாமலிருந்ததற்காக அவரை நன்றியுடன் மனத்துள் பாராட்டிக் கொண்டார். புண்ணைக் கிளறிவிடக் கூடாதென்று அதைப்பற்றி அவர் பேச்செடுக்காமல் இருந்தார் என்பது தெரிந்தது. சிறிதும் நயமில்லாத இந்த ஆள் இவ்வளவு நாசுக்காய் நடந்து கொள்கிறாரே என்று வியந்து கொண்டார்.

"உங்களுடைய நோயாளி எங்கே இருக்கிறார்?" என்று வினவினார் ஆந்திரேய் எபீமிச்.

"மருத்துவமனையில் இருக்கிறார். அவரை உங்களிடம் காட்ட வேண்டுமென்று கடந்த சில நாட்களாகவே விரும்பி வந்துள்ளேன்... விசித்திரமான மருத்துவ விவகாரம்."

மருத்துவமனை முற்றத்துக்குள் நுழைந்து பிரதான கட்டடத்திலிருந்து ஒதுங்கி உளநோயாளிகளுக்குரிய தனிக்கட்டை நோக்கி நடந்தனர் இருவரும். எக்காரணத்தாலோ பேசாமல் மௌனமாகவே நடந்தார்கள். அவர்கள் தனிக்கட்டுக்குள் நுழைந்ததும் நிகித்தா வழக்கம்போல் துள்ளியெழுந்து பட்டாளத்து முறையில் விறைப்பாய் நின்றான்.

"இவர்களில் ஒருவருக்கும் நுரையீரலில் சிக்கல் ஏற்பட்டிருக்கிறது" என்று, ஆந்திரேய் எபீமிச்சுடன் சேர்ந்து வார்டுக்குள் நுழைந்த ஹோபத்தவ் முணுமுணுக்கும் குரலில் கூறினார். "நீங்கள் இங்கே சிறிது நேரம் காத்திருங்கள், ஒரு நிமிடத்தில் திரும்பி வந்து விடுகிறேன். போய் எனது ஸ்டெத்தாஸ்கோப்பை எடுத்து வருகிறேன்."

வெளியே சென்றார் அவர்.

17

இருட்டாகி வந்தது. இவான் திமீத்ரிச் முகத்தைத் தலையணையினுள் புதைத்துக் கொண்டு கட்டிலில் படுத்திருந்தார். வாத நோய் கண்ட ஆள் ஆடாமல் அமர்ந்து மெல்ல அழுதவாறு உதடுகளை அசைத்துக் கொண்டிருந்தான். பருத்த விவசாயியும், முன்னாள் அஞ்சலகச் சிப்பந்தியும் தூங்கிக் கொண்டிருந்தனர். அறையினுள் அமைதி நிலவிற்று.

இவான் திமீத்ரிச்சின் கட்டிலில் ஒரு ஓரத்தில் அமர்ந்து ஆந்திரேய் எபீமிச் காத்திருந்தார். அரை மணிநேரம் ஆயிற்று, ஹோபத்தவுக்குப் பதில் நிகித்தா, அங்கியையும் சில உள்ளுடுப்புகளையும் செருப்பையும் கையில் எடுத்துக் கொண்டு, வார்டுக்குள் வந்தான்.

"மாண்புடையீர், உடுப்புகளை மாற்றிக்கொள்ளுங்கள்" என்றான் அவன் அமைதியான குரலில். "இதுதான் உங்களுடைய கட்டில்" என்று காலிக் கட்டில் ஒன்றைச் சுட்டிக் காட்டினான். சற்று முன்புதான் அது உள்ளே கொண்டுவந்து போடப்பட்டிருக்க வேண்டுமென்பது தெரிந்தது. "ஆண்டவன் அருளில் விரைவில் நல்லபடி ஆகி விடுவீர்கள், கவலைப்படாதீர்கள்."

ஆந்திரேய் எபீமிச்சுக்கு யாவும் தெளிவாகவே விளங்கின. வாய்பேசாமல் அவர் எழுந்து, நிகித்தா சுட்டிக் காட்டிய கட்டிலுக்குச் சென்று அதில் உட்கார்ந்து கொண்டார். நிகித்தா தமக்காகக் காத்திருக்கிறான் என்பதை உணர்ந்ததும் அவர் சகிக்க முடியாதபடிச் சங்கடப்பட்டுக்

கொண்டு தமது ஆடைகள் யாவற்றையும் கழற்றி அம்மணமாயினார். பிறகு மருத்துவமனை உடுப்புகளை எடுத்து உடுத்திக் கொண்டார். கால்சட்டை மிகச் சிறியதாகவும் சட்டை மிகப் பெரியதாகவும் இருந்தன, மேலங்கியில் புகையிலிட்ட மீனின் வீச்சம் வீசிற்று.

“ஆண்டவன் அருளில் சீக்கிரமே நல்லபடியாகிவிடுவீர்கள்” என்று மறுபடியும் சொன்னான் நிகித்தா.

ஆந்திரேய் எபீமிச்சின் ஆடைகளை எடுத்துக் கொண்டு தன் பின்னால் கதவை இழுத்து மூடியவாறு நிகித்தா வெளியே போய்ச் சேர்ந்தான்.

“எல்லாம் ஒன்றுதான்...” என்று மேலங்கியின் அடி முனைகளை வெட்கத்துடன் தம்மைச் சுற்றிலும் இழுத்துவிட்டுக் கொண்டு ஆந்திரேய் எபீமிச் தமக்குள் கூறிக் கொண்டார். “எல்லாம் ஒன்றுதான்... வெட்டிப் பிளந்த நீள்கோட்டும் சீராடைகளும் அணிந்தால் என்ன, இந்த மேலங்கியை அணிந்தால் என்ன...”

ஆனால் அவருடைய கடிகாரம் எங்கே? கோட்டுப் பையில் அவர் வைத்திருந்த குறிப்பு நோட்டுப் புத்தகம் எங்கே? அவருடைய சிகரெட்டுப் பெட்டி? தமது ஆடைகளை நிகித்தா எங்கே எடுத்துச் சென்று விட்டான்? இனி தமது வாழ்வில் எந்நாளும் அவர் டிரவுசரும் மார்புக் கோட்டும் பூட்சும் போட்டுக்கொள்ள முடியாது என்பதாக அல்லவா தெரிகிறது? இதெல்லாம் ஆரம்பத்தில் அவருக்கு விபரீதமாகவும் புரிந்துகொள்ள முடியாததாகவுங்கூடத் தோன்றிற்று. தாம் இருந்து வந்த பெலோவாவின் வீட்டுக்கும் இந்த ஆறாவது வார்டுக்கும் எந்த வேறுபாடும் இல்லை, உலகிலுள்ளவை யாவும் அர்த்தமற்றவையே, எல்லாம் வீண் வீம்புதான், மாயைதான் என்ற நம்பிக்கை இன்னமும் ஆந்திரேய் எபீமிச்சிடம் இருக்கவே செய்தது. ஆயினும் அவர் கைகள் நடுங்கியாடின, கால்கள் ஜில்லிட்டு மரத்துப்போயின, இவான் திமீத்ரிச் விழித்தெழுந்ததும் இங்கே தாம் மருத்துவமனை உடுப்பிலே இருப்பதைக் காண்பார் என்று நினைத்தபோது நெஞ்சுக்குள் அவருக்குப் பகீரென்றது. எழுந்து அறையின் குறுக்கே சில தப்படிகள் நடந்துவிட்டுத் திரும்பி வந்து உட்கார்ந்தார்.

அரை மணிநேரம் கழிந்தது, பிறகு ஒரு மணிநேரம். உட்கார்ந்திருப்பது அவருக்குச் சலிப்பூட்டுவதாய், வேதனையாய் இருந்தது. இந்த ஆட்களைப் போல் நாள் முழுதும், வாரம் முழுதும், ஆண்டுக்கணக்காய் இங்கே தம்மால் வாழ முடியுமா? அவரும்

உட்கார்ந்துதான் இருந்தார், பிறகு எழுந்து நடந்தார், மறுபடியும் உட்கார்ந்து கொண்டார். வேண்டுமானால் சன்னல் அருகே சென்று வெளியே உற்று நோக்கலாம், திரும்பவும் அறைக்குள் நடைபோடலாம். அதன் பிறகு? சிலை போல் அப்படியே இங்கே எந்நேரமும் உட்கார்ந்திருப்பதா, என்ன? இல்லை, இல்லை, அது முடியாத காரியம்!

ஆந்திரேய் எபீமிச் படுத்துக் கொண்டார், ஆனால் உடனே எழுந்து தமது நெற்றியில் ஜில்லிட்ட வியர்வையை அங்கியின் கையால் துடைத்துக் கொண்டார், உடனே தமது முகத்தில் அந்தப் புகையிலிட்ட மீனின் வீச்சம் வீசக் கண்டார். மறுபடியும் நடந்தார்.

"புரிந்துகொள்ளாமல் செய்யப்பட்டிருக்கும் தவறு இது" என்று கூறித் திகைப்புற்றவராய்க் கரங்களை வீசினார். "இதை இவர்களிடம் விளக்கிச் சொல்லி சரி செய்தாக வேண்டும், தவறுதான் இது..."

அந்த நேரத்தில் இவான் திமீத்ரிச் விழித்துக் கொண்டார். கைகளின் மீது கன்னங்களை வைத்து அழுத்திக் கொண்டு அவர் எழுந்து உட்கார்ந்தார். எச்சிலைத் துப்பினார். பிறகு தூக்கக் கலக்கத்துடன் டாக்டரைப் பார்த்தார், நிலைமையை அவர் புரிந்துகொள்ளவில்லை என்பது தெரிந்தது. ஆனால் மறுகணமே தூக்கக் கலக்கம் மறைந்து அவர் முகத்தில் வெற்றிக் களிப்பும் காழ்ப்பும் பளிச்சிட்டன.

"ஆஹா! உம்மையும் இங்கு கொண்டுவந்து சேர்த்துவிட்டார்கள்?" என்றார். தூக்கம் சரிவர கலையாமல் அவர் குரல் கம்மி ஒலித்தது, ஒரு கண் இன்னும் முழுமையாய்த் திறக்கப்படாமலிருந்தது. "உங்களைக் கண்டு மகிழ்ச்சி கொள்கிறேன்! மற்றவர்களது இரத்தத்தை நீங்கள் உறிஞ்சுவதற்குப் பதில் இனி உங்கள் இரத்தத்தை மற்றவர்கள் உறிஞ்சுவார்கள். நல்லதுதான்."

"தவறிப்போய்ச் செய்திருக்கிறார்கள் இப்படி" என்று முணுமுணுத்தார், இவான் திமீத்ரிச்சின் சொற்களைக் கேட்டுப் பீதியுற்றுவிட்ட ஆந்திரேய் எபீமிச். தோள்களை உலுக்கிக் கொண்டு திரும்பவும் சொன்னார் அவர்: "தவறிப்போய்ச் செய்யப்பட்டதாகவே இருக்க வேண்டும்..."

இவான் திமீத்ரிச் மறுபடியும் துப்பிவிட்டுப் படுத்துக் கொண்டார்.

"சனியன் பிடித்த வாழ்க்கை!" என்று அவர் மனங்கசந்து கூறினார். "இதைக் கொடுமையிலும் கொடுமையானதாக்கிச் சகிக்கவொண்ணாததாய் ஆக்குவது என்னவெனில், இசை நாடகத்தில் நடைபெறுவது போலத் துன்பத்துக்கான வெகுமதியுடன், மங்கள முழக்கத்துடன் இந்த வாழ்க்கை முடிவடையப்போவதில்லை, சாக்காட்டிலே முடியப் போகிறது. சிப்பந்திகள் இரண்டு பேர் வருவார்கள், பிரேதத்தின் கரங்களையும் கால்களையும் பிடித்துத் தூக்கிக் கிடங்கிற்கு எடுத்துச் செல்வார்கள். தூ! சரி, நடப்பது நடக்கட்டும்... நமக்குரிய காலம் அவ்வுலகில் கிட்டும் நமக்கு... அவ்வுலகிலிருந்து நான் பேயின் உருவில் திரும்பி வந்து இந்தக் கசடர்களைக் கதிகலங்கச் செய்வேன். அரண்டு போய் முடிகள் நரைத்துவிடும்படிச் செய்வேன்."

மோசஸ் திரும்பி வந்தான், டாக்டரைப் பார்த்ததும் அவரிடம் கையை நீட்டினான்.

"எனக்கு ஒரு கப்பேக் கொடுங்களேன்!" என்று கேட்டான்.

18

ஆந்திரேய் எபீமிச் சன்னலருகே நடந்து சென்று வெளியே வயல் வெளியைப் பார்த்தார். நன்றாய் இருட்டாகிவிட்டது, வலப்புறத்தில் அடிவானத்தில் குளிர்ந்து போய்ச் செக்கச் சிவந்திருந்த வான்மதி உதித்தெழுந்து கொண்டிருந்தது. மருத்துவமனை வேலித் தடுப்பிலிருந்து கொஞ்சதூரத்தில், சுமார் எழுநூறு அடிக்கு மேற்படாத தொலைவில், கற்சுவரால் சூழப்பட்ட உயரமான வெள்ளைக் கட்டடம் ஒன்று தெரிந்தது. அதுதான் சிறைக்கூடம்.

"இதோ இருக்கிறது எதார்த்தம்!" என்று நினைத்துக் கொண்டார் ஆந்திரேய் எபீமிச், அவருக்குப் பகீரென்றது.

யாவும் பயங்கரமாய் இருந்தன: வான்மதி, சிறைக்கூடம், உச்சியில் கூர் ஆணிகளைக் கொண்ட மருத்துவமனை வேலித் தடுப்பு, நெடுந்தொலைவில் சூளைகளிலிருந்து எழுந்த நெருப்பு ஆகிய யாவும் அச்சந் தருவதாயிருந்தன. அவருக்குப் பின்னால் யாரோ பெருமூச்செறியும் சப்தம் கேட்டது. ஆந்திரேய் எபீமிச் திரும்பிப் பார்த்தார். மார்பு முழுதும் நட்சத்திரப் பதக்கங்களும் விருதுகளுமாய்ப் பளிச்சிட்ட ஓர் ஆளைக் கண்ணுற்றார் அவர், அந்த ஆள் புன்னகை புரிந்துக் குறும்பாய்க் கண் சிமிட்டினான். இதுவுங்கூடப் பயங்கரமாகவே இருந்தது.

வான்மதியிலோ, சிறைக்கூடக் கட்டடத்திலோ, விபரீதம் ஒன்றுமில்லை, சித்த சுவாதீனமுள்ளவர்களும் பதக்கங்கள் அணிந்துகொள்வார்களே, காலப்போக்கில்

யாவும் அழிந்துபடும், மண்ணாகிவிடும் என்று ஆந்திரேய் எபீமிச் தமக்குத்தாமே கூறிக்கொள்ள முயன்று பார்த்தார். ஆனால் திடுமென நம்பிக்கைக்கு இடமில்லாத வெறுமை அவரை ஆட்கொண்டுவிட்டது, இரு கைகளாலும் சன்னலின் அடைப்புக் கம்பிகளைப் பிடித்து அவற்றை ஆட்டி உலுக்க முயன்றார். அடைப்பு வலுமிக்கதாய் இருந்தது, அதை அசைக்க முடியவில்லை.

தம்மைப் பிடித்தாட்டிய கிலியிலிருந்து விடுபட முயன்ற அவர் இவான் திமீத்ரிச்சின் கட்டிலுக்குச் சென்று அதன் ஓரத்தில் உட்கார்ந்தார்.

"அருமை நண்பரே, உள்ளம் குலைந்து விட்டேன்" என்று முணுமுணுக்கும் குரலில் சொல்லி, தமது நெற்றியில் அரும்பிய ஜில்லிட்ட வியர்வையைத் துடைத்துக் கொண்டார் "மனம் ஒடிந்து போய் விட்டேன்."

"தத்துவஞானம் பேசிப் பார்ப்பதுதானே" என்று கேலி செய்தார் இவான் திமீத்ரிச்.

"என் தெய்வமே, தெய்வமே...! ஆமாம்... நீங்கள் முன்பொரு தரம் சொன்னீர்கள், ருஷ்யாவில் தத்துவஞான மரபு எதுவும் இல்லை, ஆயினும் எல்லோரும், பாமரக் கும்பலைச் சேர்ந்தோரும் தத்துவஞானம் பேசுகிறார்கள் என்று. ஆனால் பாமரக் கும்பலின் தத்துவஞானத்தால் யாருக்கு என்ன தீங்கு உண்டாகிவிடப் போகிறது?" ஆந்திரேய் எபீமிச்சின் குரல் அழாக் குறையாய் இருந்தது, வார்டில் தம்முடன் இருந்தவரின் பரிதாப உணர்ச்சியைத் தூண்ட விரும்பியது போல ஒலித்தது அது. "பிறகு ஏன் உங்களுக்கு இந்தக் கேலியும் காழ்ப்பும்; பாமரக் கும்பல் மன நிறைவு பெற வழியில்லாதபோது அது தத்துவஞானம் பேசாமல் என்ன செய்ய முடியும் சொல்லுங்கள். நுண்ணறிவு படைத்தவர், நல்ல கல்வி ஞானமுடையவர், தன்மான உணர்ச்சி கொண்டவர், சுயேச்சையான மனிதப் பிறவியாய் இருப்பவர், ஆண்டவனது பிம்பமானவர் ஒருவர் ஒரு சிறிய அசட்டுக் கழிசடை நகரில் டாக்டராய் வேலை ஏற்று, வாழ்வெல்லாம் இரத்தம் உறிஞ்சும் குமிழ்களையும், அட்டைகளையும் கடுகு ஒத்தடத் தாள்களையும் வைத்துக் கொண்டு அழுவதைத் தவிர வேறு வழி இல்லை! போலியும், பகட்டும், குட்டைமனமும், ஆபாசமும் சகிக்க முடியவில்லையே! என் தெய்வமே!"

ரா. கிருஷ்ணய்யா

“நீங்கள் பேசுவது சுத்த அபத்தம்! டாக்டராய் இருக்க விருப்பமில்லையானால், அரசு அமைச்சராகி இருப்பதுதானே?”

“இல்லை, நம்மால் ஒன்றும் செய்வதற்கில்லை! நண்பரே, நாம் பலமில்லாதவர்கள்... நான் எதையும் மதியாது, பொருட்படுத்தாதுதான் இருந்தேன், மன நிறைவோடும் தர்க்க நியாயமுடன் சிந்தித்துக் கொண்டும்தான் இருந்தேன், ஆனால் வாழ்க்கையின் முரட்டுக் கரம் பட்ட முதற் கணத்திலேயே உள்ளம் குலைந்து போய் விடுகிறேன்... சரணாகதியடைந்து விடுகிறேன்... நாம் பலமில்லாதவர்கள், பரிதாபத்துக்குரியவர்கள்... என் நண்பரே, நீங்களும்தான்! நீங்கள் நுண்ணறிவு படைத்தவர், உயர் பண்புடையவர், புனிதமான உணர்ச்சிகளை எல்லாம் தாய்ப்பாலுடன் சேர்த்து உட்கொண்டவர்தான், ஆனாலும் முழு மனிதனாகி வாழ்க்கையினுள் அடியெடுத்து வைத்ததுமே களைப்புற்றுச் சோர்ந்து போய்ப் பிணியுற்றுவிட்டீர்கள்... பலம் இல்லை, பலம் இல்லை!”

அவருடைய அச்சத்தையும் மனச் சோர்வையும் அன்னியில் இடையறாத ஒருவகை நச்சரிப்பும் இராப்பொழுது ஆரம்பமானதும், மிகக் கடுமையாய் ஆந்திரேய் எபீமிச்சைப் பிடுங்கித்தின்றது. பீரும் சிகரெட்டும் வேண்டுமென்ற ஒரு தினவே தம்மை இப்படி நச்சரிக்கிறது என்று முடிவில் புரிந்து கொண்டார் அவர்.

“நண்பரே, கணப்பொழுதுக்கு நான் உங்களை விட்டுவிட்டு வெளியே போய் வருகிறேன்...” என்றார். “நமக்கு விளக்கு வேண்டுமென்று அவர்களிடம் போய்ச் சொல்லப் போகிறேன்... என்னால் இதைச் சகிக்க முடியவில்லை... சகிக்கவே முடியவில்லை...”

ஆந்திரேய் எபீமிச் கதவிடம் சென்று அதைத் திறந்தார், உடனே நிகித்தா குதித்தெழுந்து வழி மறித்தான்.

“எங்கே போகிறீர்? போகக் கூடாது எங்கும்!” என்றான்

அவன். “படுத்துத் தூங்க வேண்டிய நேரம் இது!”

“ஒரே நிமிடத்தில் திரும்பி வந்து விடுகிறேன், முற்றம் வரை போய் வர விரும்புகிறேன்” என்றார் துணுக்குற்றுவிட்ட ஆந்திரேய் எபீமிச்.

“கூடாது, போகக் கூடாது! இதற்கெல்லாம் அனுமதி இல்லை! உங்களுக்குத் தெரிந்ததுதான் இது.”

இதைச்சொல்லி நிகித்தா கதவை மூடி அதன் மீது முதுகை வைத்து அழுத்தினான்.

"நான் வெளியே போய் வருவதால் யாருக்கு என்ன தீங்கு நேரிடப் போகிறது?" என்று தோள்களை உலுக்கியவாறு கேட்டார் ஆந்திரேய் எபீமிச். "நிகித்தா, எனக்கு இது விளங்கவில்லை. நான் போயாக வேண்டும்!" என்று கீச்சுக் குரலில் கூவினார். "போய்த்தான் ஆக வேண்டும்!"

"அமைதியைக் குலைக்க வேண்டாம், நல்லதல்ல அது!" என்று கண்டிப்பாய்க் கூறினான் நிகித்தா.

"இது என்ன அநியாயம்!" என்று இவான் திமீத்ரிச் திடுமெனக் குதித்தெழுந்து கூச்சலிட்டார். "யாரையும் வெளியே போக விடாமல் தடுப்பதற்கு அவனுக்கு என்ன உரிமை? நீதி விசாரணையின்றி யாருடைய சுதந்திரத்தையும் பறிக்கக் கூடாது என்றுதானே சட்டம் மிகத் தெளிவாய்க் கூறுகிறது! வன்முறையே அன்றி வேறில்லை இது! தான்தோன்றித்தனம்!"

"ஆம், தான்தோன்றித்தனமேதான் இது!" என்றார், எதிர்பாராதவிதமாய்க் கிடைத்த ஆதரவால் ஊக்கமடைந்த ஆந்திரேப் எபீமிச். "நான் வெளியே போக வேண்டும், கட்டாயம் போயாக வேண்டும்! என்னை வெளியே போக விடாமல் தடுக்க உரிமையில்லை இவனுக்கு! திற கதவை, உன்னிடம்தான் சொல்கிறேன்!"

"ஏய் தடியா, காது செவிடா உனக்கு?" என்று கூச்சலிட்டுக் கையால் கதவில் தடதடவெனத் தட்டினார் இவான் திமீத்ரிச். "திற கதவை, இல்லையேல் கதவை உடைத்து விடுவேன்! கொலைகாரன்!"

"கதவைத் திற!" என்று உடம்பெல்லாம் ஆடியதிர ஆந்திரேய் எபீமிச் கூச்சலிட்டார். "நான் சொல்கிறேன், திற கதவை!"

"கூச்சலிட்டுப் பாருங்களேன்!" என்று கதவின் வெளிப்புறத்திலிருந்து நிகித்தா பதிலளித்தான். "வேண்டிய மட்டும் கூச்சலிடுங்களேன்!"

"போய் எவ்கேனி பேதரோவிச்சை அழைத்து வா நீ! இங்கு ஒரு நிமிடம் வரும்படி நான் சொல்வதாய் அவரிடம் கூறு!"

"யாரும் அழைக்காமலே நாளைக்கு இங்கு வருவார் அவர்."

"நம்மை வெளியே விட மாட்டார்கள் இவர்கள்" என்றார் இவான் திமீத்ரிச். "இங்கேயே கிடந்து நாம் அழிய வேண்டியதுதான்! அட கடவுளே, அவ்வுலகில் நரகம் ஏதும் இல்லையா? இந்தத் திருடர்கள் எல்லோரும் தண்டனை இல்லாமலே தப்பித்துக் கொண்டு விடுவார்களா, என்ன? மெய்தானா இது? நீதி இல்லையா? கொலைகாரனே, திற கதவை, எனக்கு மூச்சு விட முடியவில்லை!" என்று உச்சக் குரலில் கத்தியவாறு தமது முழு பலத்தையும் கொண்டு கதவை அழுத்தினார். "இந்தக் கதவிலே மோதி என் மண்டையை உடைத்துக் கொண்டு விடுவேன்! கொலைகாரப் பாவிகளே!"

திடீரென நிகித்தா கதவைத் திறந்து, கரங்களையும் முழங்காலையுங் கொண்டு ஆந்திரேய் எபீமிச்சை மூர்க்கமாய்த் தள்ளி, பிறகு முட்டியை வீசி அதனால் ஆந்திரேய் எபீமிச்சின் முகத்திலே ஒரு குத்து விட்டான். பிரம்மாண்டமான உப்பு நீர் அலை தலையிலிருந்து கால் வரை தம்மீது வீசி அப்படியே தம்மை இழுத்துச் சென்று தமது கட்டிலில் கிடாசியது போலிருந்தது ஆந்திரேய் எபீமிச்சுக்கு. மெய்யாகவே அவருக்கு உப்பு கரித்தது, ஈறுகளில் இரத்தம் கசிந்தது. தப்பி வெளியேறுவதற்கு முயலுகிறவரைப் போலக் கரங்களை வீசி ஏதோவொரு கட்டிலின் பின் பக்கத்தைப் பிடித்துக் கொண்டார் அவர். அதேபோது முதுகிலே இருமுறை நிகித்தா மொத்தியதை அவரால் உணர முடிந்தது.

இவான் திமீத்ரிச் வீரிட்டுக் கத்தினார். அவருக்கும் அடி விழுந்திருக்க வேண்டும்.

பிறகு நிசப்தமாகிவிட்டது. வான்மதி சன்னலின் கம்பியடைப்பு வழியே தனது மங்கலான ஒளியை வீசிற்று, வலை போன்ற நிழல் தரையிலே தெரிந்தது. யாவும் பயங்கரமாய் இருந்தன. ஆந்திரேய் எபீமிச் படுத்துக் கிடந்தார். இன்னுமொரு அடி விழுமோ என்று மிரண்டு போய் பேச்சு மூச்சின்றிக் காத்துக் கொண்டிருந்தார். அறுப்பு அரிவாளை எடுத்து யாரோ தமது உடலில் பாய்ச்சி நெஞ்சினுள்ளும் வயிற்றினுள்ளும் ஓரிரண்டு முறை அதனால் குடைந்தது போலிருந்தது அவருக்கு. வலி தாங்க முடியாமல் தலையணையைக் கடித்துப் பற்களை இறுக மூடிக் கொண்டார். அப்போது திடுமென ஓர் எண்ணம், பயங்கரமான, சகிக்க முடியாத ஓர் எண்ணம் இந்தக் குழப்பத்துக்கிடையே பளிச்சிட்டு அவருடைய மனத்துள் விம்மிப் புடைத்தெழுந்தது: தற்போது தாம் அனுபவிக்கும் இந்த வலியை நிலாவொளியில் கரு நிழல்கள் போல் தெரிகிறார்களே இந்த ஆட்கள் மிகப் பல ஆண்டுகளாய் நாள்தோறும் அல்லவா

அனுபவித்து வந்திருக்க வேண்டும்? எப்படி இருபது ஆண்டுகளுக்கு மேலாய் தம்மால் இதை அறியாதிருக்க முடிந்தது, அல்லது இதை அறியாதிருக்க வேண்டுமென விரும்ப முடிந்தது? தாம் இதை அறிந்திருக்கவில்லை, இந்த வலி குறித்து ஏதும் தெரியாதவராகவே இருந்தார், ஆகவே தம்மீது குற்றம் இல்லை; ஆனால் அவரது மனசாட்சி, நிகித்தாவைப் போல் முரட்டு சுபாவம் கொண்டு எதற்கும் மசியாததாய் இருந்த இந்த மனசாட்சி, சரீரெனத் தாக்கி அவருள் அதிர்ச்சியை உண்டாக்கிற்று. அவர் துள்ளியெழுந்தார், உச்சக்குரலில் கத்த வேண்டுமென்று, பாய்ந்தோடிச் சென்று நிகித்தாவையும் ஹோபத்தவையும் மருத்துவமனை மேலாளரையும் மருத்துவ உதவியாளரையும், முடிவில் தம்மையும் கொன்று போட வேண்டுமென்று விரும்பினார். ஆனால் அவர் வாயிலிருந்து சப்தம் வெளிவரவில்லை, அவரது கால்கள் அவர் சொன்னபடிக் கேட்கவில்லை; மூச்சு திணறியபடி தமது அங்கியையும் சட்டையையும் பிடித்து இழுத்து அவற்றைக் கிழித்தார், கட்டிலின் மீது உணர்விழந்தவராய்ச் சாய்ந்து விழுந்தார்.

19

மறுநாள் காலை அவருக்கு மண்டை இடி பொறுக்க முடியவில்லை, காதுக்குள் ஓயாத இரைச்சல் கேட்டது, உடம்பிலுள்ள ஒவ்வோர் எலும்பிலும் வலித்தது. முந்திய இரவில் அவர் பலமெல்லாம் இழந்து கோழையாகியதை நினைத்துப் பார்த்தபோது அவர் வெட்கப்பட்டுக்கொள்ளவில்லை. நேற்று சரியான கோழையாய் நடந்து கொண்டார், வான்மதியுங்கூடத் தன்னை அப்படிப் பீதியுறச் செய்வதற்கு இடமளித்துவிட்டார், இதுகாறும் தம்மிடம் இருக்க முடியுமென நினைத்திராத சிந்தனைகளையும் உணர்ச்சிகளையும் முழு மனதுடன் வெளியிட்டுக் கொண்டார். பாமரக் கும்பல் எவ்வகையிலும் மன நிறைவு பெற முடியாததால் தத்துவஞானம் பேச வேண்டியதாகிறது என்பதாய் அவர் கருத்துரைத்ததை எடுத்துக்காட்டாய்க் குறிப்பிடலாம். ஆனால் இவை எல்லாம் குறித்து இப்போது அவர் கவலைப்பட்டுக்கொள்ளவில்லை.

அவர் உணவு உண்ணவுமில்லை, அசையவுமில்லை, பேசவுமில்லை, அப்படியே கட்டிலில் படுத்துக் கிடந்தார்.

அவரிடம் அவர்கள் கேள்விகள் கேட்டபோது அவர் "எதையும் லட்சியம் செய்யப் போவதில்லை" என்று தம்முள் கூறிக் கொண்டார். "இவர்களுக்கு நான் பதிலளிக்கப் போவதில்லை... எதையும் பொருட்படுத்தப் போவதில்லை."

மதிய உணவுக்குப் பிற்பாடு மிகயீல் அவெரியானிச் தேயிலைப் பொட்டலமும் மிட்டாயும் எடுத்துக் கொண்டு அவரைப் பார்க்க வந்திருந்தார். தாரியாவும் வந்து இருண்ட சோகம் படர்ந்த முகபாவத்துடன் ஒரு மணிநேரம் வரை அவர் கட்டில் அருகே நின்றுவிட்டுச் சென்றாள். டாக்டர் ஹோபத்தவும் அவரை வந்து பார்த்துச் சென்றார். ஒரு பாட்டில் பொட்டாஷியம் புரோமைடு எடுத்து வந்திருந்தார், புகையூட்டி வார்டைச் சுத்தம் செய்யும்படி நிகித்தாவிடம் சொன்னார்.

அந்திப்பொழுது நெருங்குகையில் வலிப்பு ஜன்னி ஏற்பட்டு ஆந்திரேய் எபீமிச் இறந்து போனார். முதலில் காய்ச்சல் சிலிர்ப்பும் வயிற்றுப் புரட்டலும் ஏற்பட்டு ஒரு வகை குமட்டல் வயிற்றிலிருந்து எழுந்து தலைக்கு உயர்ந்து சென்று கண்களுக்கும் காதுகளுக்கும் ஊடுருவி, உடலெங்கும் பரவி விரல் நுனிகள் வரைச் செல்வதாய் அவருக்குத் தோன்றியது. யாவும் அவர் கண்ணுக்குப் பச்சையாய் மாறுவது போலிருந்தது. தமது முடிவு நெருங்கிவிட்டதை ஆந்திரேய் எபீமிச் உணர்ந்து கொண்டார், இவான் திமீத்ரிச்சும் மிகயீல் அவெரியானிச்சும் மற்றும் கோடிக் கணக்காணோரும் இறவாமையில் நம்பிக்கை கொண்டிருப்பது அவர் நினைவுக்கு வந்தது. இறவாமை என்பதாய் ஒன்று இருப்பதாய்க் கொள்ளலாமா? ஆனால் அவருக்கு இறவாமையில் நாட்டம் இல்லை, போகிற போக்கில் தான் கணநேரத்துக்கு அதைப்பற்றி அவர் சிந்தனை செய்து பார்த்தார். இதற்கு முந்திய நாளன்று அவர் படித்திருந்த ஒரு காட்சி தெரிந்தது, கலைமான் மந்தை ஒன்று அவர் முன்னால் ஓடிச் சென்றது, சொல்ல இயலாத அழகும் நளினமும் கொண்டதாய் இருந்தன இம்மான்கள். பிறகு கிராமத்துப் பெண் ஒருத்தி பதிவு அஞ்சல் கடிதம் ஒன்றை அவரிடம் நீட்டினாள்... மிகயீல் அவெரியானிச் ஏதோ கூறினார். பிறகு யாவும் மறைந்துவிட்டன, ஆந்திரேய் எபீமிச் நிரந்தரமாய் நினைவிழந்துவிட்டார்.

இரு சிப்பந்திகள் வந்து அவரது கரங்களையும் கால்களையும் பிடித்துத் தூக்கி அவரைப் பிரார்த்தனை கூடத்துக்கு எடுத்துச் சென்றனர். திறந்த கண்களுடன் அங்கே அவர் மேஜை மீது படுத்திருந்தார். இரவில் வான்மதி அவர் மீது ஒளி வீசிற்று. மறுநாள் காலையில் செர்கேய் செர்கேயிச் அங்கே சென்று சிலுவையின் முன்னால் நின்று பக்திப் பரவசத்தோடு பிரார்த்தனை செய்தார். பிறகு தமது முன்னால் அதிபரின் கண்களை மூடிவிட்டுச் சென்றார்.

இரண்டு நாட்களுக்குப் பிற்பாடு ஆந்திரேய் எபீமிச் புதைக்கப்பட்டார். மிகயீல் அவெரியானிச்சும் தாரியாவும் மட்டும்தான் ஈமச் சடங்குகளுக்கு வந்திருந்தனர்.

1892